பிரியாணியும் புளியோதரையும்

அரவிந்தன் *(பி.1964)*

எழுத்தாளர், மொழிபெயர்ப்பாளர், இதழியலாளர். புனைவுகள், இலக்கிய, அரசியல், சமூக, திரைப்பட விமர்சனங்கள், மொழியாக்கங்கள், மொழி என 25 நூல்களை எழுதியிருக்கிறார். சிறந்த மொழியாக்கத்திற்கான கனடிய இலக்கியத் தோட்டத்தின் இயல் விருது பெற்றவர்.

பிரியாணியும் புளியோதரையும்

சமகால அரசியல் விமர்சனங்கள்

அரவிந்தன்

கிழக்கு

பிரியாணியும் புளியோதரையும்: சமகால அரசியல் விமர்சனங்கள்

Biriyaniyum Puliyodaraiyum: *Samakaala Arasiyal Vimarsanangal*

Aravindan ©

Kizhakku First Edition: December 2022

168 Pages

Printed in India.

ISBN: 978-93-90958-88-7

Kizhakku - 1286

Kizhakku Pathippagam

177/103, First Floor, Ambal's Building, Lloyds Road,
Royapettah, Chennai - 600 014. Ph: +91-44-4200-9603
Email : support@nhm.in Website : www.nhm.in

kizhakkupathippagam kizhakku_nhm

Author's Email id: aravindanmail@gmail.com

Kizhakku Pathippagam is an imprint of New Horizon Media Private Limited

இந்தக் கட்டுரைகள் அனைத்தும் 2021ஆம் ஆண்டின்
சமூக, அரசியல் சலனங்களைக் குறித்த எதிர்வினைகள்.
கட்சி, கோட்பாடு, சாதி, மதம் முதலான எந்தக்
கட்டுப்பாடும் இன்றி அரசியல், சமூக நிகழ்வுகளைத்
தீவிரமாக அணுகி விமர்சிப்பதற்கான வாய்ப்பை வழங்கிய
சமயம் தமிழ் இணைய இதழுக்கு மனமார்ந்த நன்றி.

பொருளடக்கம்

[1]

பிரியாணியும் புளியோதரையும்: யார் இந்து விரோதி?

சமூக நீதி என்பது இட ஒதுக்கீட்டோடு மட்டும் தொடர்புடைய தல்ல. சமத்துவம் என்பது வாக்குரிமை, பேச்சுரிமை போன்ற வற்றோடு மட்டும் தொடர்புடையதல்ல. இவை இரண்டும் அடிப்படையான வாழ்வுரிமை தொடர்பானவை. மானுடர்களின் சுய மரியாதையுடன் தொடர்புகொண்டவை. சமூகத்தில் தற்போது நிலவும் அதிகாரப் படிநிலைகளைக் கேள்விக்கு உட்படுத்தாமல் இவற்றை முன்னெடுப்பது சாத்தியமல்ல. ஆகிவந்த எல்லை களையும் வரம்புகளையும் மாற்றாமலும் இவை சாத்தியமாகாது.

கோவில் சீர்திருத்தங்கள் தொடர்பான விவாதம் இதற்கான தேவையை மீண்டும் நினைவுபடுத்தியிருக்கிறது. அனைத்துச் சாதியினரும் பெண்களும் அர்ச்சகராக வழி செய்யும் சீர்திருத்தங்களை மேற்கொள்ளவிருப்பதாக இந்து அறநிலையத் துறை அமைச்சர் பி.கே. சேகர் பாபு அறிவித்ததிலிருந்து இது தொடர்பான விவாதங்களும் பல விதமான பார்வைகளும் மீண்டும் பொது வெளிக்கு வந்திருக்கின்றன. பிராமணர் அல்லாத பலருக்கு அர்ச்சகர் பயிற்சி அளித்திருக்கும் ஆர்.எஸ்.எஸ். சார்ந்த அமைப்புகள் இதை வரவேறுள்ளன.

பாஜகவின் வானதி ஸ்ரீனிவாசனும் எல்.முருகனும் இதை வரவேற்றிருக்கிறார்கள். அந்தணர் முன்னேற்றக் கழகம் போன்ற சில அமைப்புகள் இதை எதிர்க்கின்றன. எதிர்ப்பவர்கள் பலரும் ஆகம விதிகளைக் காரணம் காட்டுகிறார்கள். ஆதரிப்பவர்களில்

சிலரும் ஆகம விதிகளைக் கடைப்பிடிக்க வேண்டும் என்பதை வலியுறுத்துகிறார்கள். ஆகம விதிகள், காலந்தோறும் மாறிவரும் அதன் நடைமுறைகள் ஆகியவற்றின் அடிப்படையிலேயே இவற்றுக்கெல்லாம் பதில்கள் சொல்லப்பட்டிருக்கின்றன.

இந்து மதத்திற்குள் சீர்திருத்தம் தேவை என்னும் குரல் ஒவ்வொரு காலகட்டத்திலும் அழுத்தமாக ஒலித்துக்கொண்டுதான் இருக்கிறது. கடவுள் மறுப்பாளர்களிடமிருந்து மட்டுமல்லாமல் மதப் பற்றாளர்கள், ஆன்மிகவாதிகளிடமிருந்தும் இந்தக் குரல் எழுகிறது. ராமானுஜர் முதல் நாராயண குருவரை பல எடுத்துக்காட்டுக்களை வரலாறு நெடுகிலும் காணலாம். இந்து மதத்தவர் இடையே ஒற்றுமையைப் பேணும் நோக்குடன் இந்தச் சீர்திருத்தங்களை ஆர்.எஸ்.எஸ். போன்ற அமைப்புகளும் முன்னெடுக்கின்றன. எனவே அனைத்துச் சாதியினரும் அர்ச்சகராகுதல் என்னும் கோரிக்கைக்குப் பெரிய எதிர்ப்பு எழவில்லை.

எனினும் பழைய சம்பிரதாயங்களிலும் அவற்றுக்கு ஆதாரமான சமூகக் கட்டமைப்பைக் காப்பதிலும் ஆழமான நம்பிக்கையும் பிடிவாதமும் கொண்ட சிலரால் இதை ஏற்க முடியவில்லை. வெளிப்படையாக இல்லாவிட்டாலும் மாறுபட்ட வகைகளில் இந்த ஒவ்வாமையை அவர்கள் வெளிப்படுத்திக்கொண்டே இருக்கிறார்கள். அந்தணர் முன்னேற்றக் கழகம் போன்ற அமைப்புகள் இதை எதிர்ப்பதன் காரணமும் விதமும் வெளிப் படையானவை. நேர்மையானவை. ஆனால் எல்லா எதிர்ப்புகளும் அப்படி அமைந்துவிடுவதில்லை.

அண்மையில் துக்ளக் இதழின் அட்டைப்படத்தில் இடம் பெற்றுள்ள கேலிச் சித்திரம் இந்தப் பிரச்சினையைப் பற்றிப் பேசுகிறது. அதில், ‘பெண்கள், திருநங்கைகளையும் அர்ச்சகர் ஆக்கணும்’ என்று விடுதலைச் சிறுத்தைகள் அமைப்பு சொல்கிறது. ‘கரெக்ட். கோயில்லே இனிமே தீர்த்தத்துக்குப் பதிலா சூப்பும் புளியோதரைக்குப் பதிலா பிரியாணியும் பிரசாதமா கொடுக்கணும்’ என்று தி.க. தலைவர் வீரமணி சொல்கிறார். ‘கோயில்ல கூட்டம் குறைஞ்சு, ‘பெரியாருக்கு வெற்றி’ன்னு நாம பேசறதுக்கு இதான் ஒரே வழி’ என்று தி.க. தொண்டர் சொல்கிறார்.

பெண்கள், திருநங்கைகள் அர்ச்சகராகுதல் என்பதை சூப், பிரியாணி என்பதற்கு இணையானதாக இந்தக் கேலிச் சித்திரம் கட்டமைக்கிறது. பிராமண ஆண்கள் தீர்த்தம், புளியோதரைக்கு

ஒப்புமையாகவும் பெண்கள், திருநங்கைகள் சூப், பிரியாணிக்கு ஒப்புமையாகவும் இங்கே பேசப்படுகிறார்கள்.

சூப்பும் பிரியாணியும் தம்மளவில் எந்த வகையிலும் இழிவான பண்டங்கள் அல்ல என்பது அடிப்படையான விஷயம். ஆனால், இந்தக் கேலிச் சித்திரம் அவற்றை இழிவானதாக, கோவிலுக்குள் நுழையக் கூடாததாகச் சித்தரிக்கிறது. அதே தட்டில் பெண்களையும் திருநங்கைகளையும் வைத்துப் பேசுகிறது. பெண்கள், திருநங்கைகள், சூப், பிரியாணி ஆகியவற்றை இந்தப் பத்திரிகையும் அதன் ஆசிரியர் குழுவும் எப்படிப் பார்க்கின்றன என்பதை இது வெளிப்படையாகக் காட்டுகிறது.

துக்ளக் ஆர்.எஸ்.எஸ். கருத்துக்களை வெளிப்படையாக ஆதரிக்கும் பத்திரிகை. அதன் ஆசிரியர் ஆர்.எஸ்.எஸ்.ஸின் முக்கியப் பிரமுகர்களில் ஒருவர். இன்று அவர் அந்த இயக்கத்தின் பொறுப்பில் இருக்கிறாரோ இல்லையோ, அவர் அதன் முக்கியமான சிந்தனையாளராகவே அடையாளம் காணப் படுகிறார். பிராமணரல்லாதார் அர்ச்சகராவதை கொள்கை ரீதியாக ஆதரிக்கும் ஆர்.எஸ்.எஸ். அமைப்பினரின் மனதில் அடியாழத்தில் இத்தகைய ஒவ்வாமையும் அதை வெளியே சொல்ல முடியாத புழுக்கமும் இருக்கக்கூடும் என்பதை இதுபோன்ற வெளிப்பாடுகள் காட்டிக்கொடுத்துவிடுகின்றன.

இந்து ஒற்றுமை பற்றிப் பேசும்போது குருமூர்த்திகள் இந்து மதத்தின் பன்முகத்தன்மை, வேற்றுமையில் ஒற்றுமை என்றெல்லாம் பேசுவார்கள். ஆனால், குறிப்பான தளங்களில் அதற்கு எதிரான தர்க்கங்களை முன்வைப்பார்கள். சமத்துவத்தையும் பன்முகத்தன்மையையும் பொதுவாகப் போற்றினாலும் நுண்தளங்களில் எல்லோரும் ஒன்றல்ல என்பதை வலியுறுத்து வார்கள். புனித தீர்த்தத்துக்குப் பதில் சூப், இறைவனுக்குப் பிரியமான புளியோதரைக்குப் பதில் பிரியாணி என்று பரிகாசம் செய்வதற்குப் பின் இந்தப் பார்வை இருப்பதை உணரலாம். இவை இரண்டுடன் பெண்களையும் திருநங்கைகளையும் ஒப்பிடுவதன் மூலம் அவர்களைப் பற்றிய பார்வையையும் உணரலாம். கவனமாக முன்வைக்கப்படும் கொள்கைப் பிரகடனங்களைக் காட்டிலும் போகிற போக்கில் வீசப்படும் இந்தப் பரிகாசங்களே ஒருவருடைய ஆழ்மனப் போக்குகளையும் நம்பிக்கைகளையும் வெளிப்படுத்துகின்றன. அந்த வகையில் இந்தக் கேலிச் சித்திரம் நல்லதொரு பணியை ஆற்றியிருக்கிறது.

கேலிச் சித்திரத்திற்குப் பின் உள்ள மனப்பான்மை ஒருபுறம் இருக்க, இந்தக் கேலிச் சித்திரம் சொல்லும் செய்தியைக் கேலிக்கு அப்பாற்பட்டு அணுகும்போது இதன் செய்தியில் உள்ள வேறு சில கோளாறுகள் அம்பலமாகின்றன. தீர்த்தத்திற்குப் பதில் சூப் என்கிறது கேலிச் சித்திரம். தீர்த்தம் என்பது வடமொழி. அதன் நேரடிப் பொருள் தண்ணீர் அல்லது நீர். கோவில் சூழலில் தீர்த்தம் எனப்படுவது புனித தீர்த்தம் என்பதாகப் பொருள் கொள்கிறது. அதுபோலவே சாதம் என்பது சோறு. கோவில் சூழலில் இது பிரசாதம். அதாவது புனிதத்தன்மை அல்லது தெய்வீகத்தன்மை கூடிய சாதம்.

சாதாரண தீர்த்தம் புனித தீர்த்தமாக ஆவது எப்படி? சாதாரண சாதம் பிரசாதமாக ஆவது எப்படி? ஆன்மிக நம்பிக்கைகளின்படி, அர்ச்சகர் செய்யும் பூஜையும் படையலும்தான் அவற்றைப் புனிதமாக்குகின்றன. இந்து தத்துவ சாஸ்திரம் ஒன்று இப்படிக் கூறுகிறது:

'பிரதிமாயாம் ச சான்னித்யம் அர்ச்சகஸ்ய தபோ பலாத்'

அதாவது, அர்ச்சகரின் தவ வலிமையல்தான் சிலையில் தெய்வம் உறைகிறது என்று பொருள்.

அர்ச்சகர் மெய்யான பக்தியுடனும் தவ வலிமையுடனும் செய்யும் பூஜைகளும் பிரார்த்தனைகளும் படையல் சடங்குகளும்தான் நீரையும் உணவையும் புனிதமாக்குகின்றன. சிலையைக் கடவுளாக மாற்றுவதும் இந்தத் தவ வலிமைதான். இது இந்து மத நம்பிக்கை.

அர்ச்சகரின் சாதி அல்ல, பாலினம் அல்ல, நிறம் அல்ல, அவருடைய தவ வலிமையே சிலையைத் தெய்வமாக்குகிறது என்று சொல்கிறது இந்த சுலோகம்.

பகவத் கீதையின் ஒன்பதாவது இயலின் 27ஆவது சுலோகத்தைப் பாருங்கள்:

'யத்கரோஷி யதயூஸ்யுநாஸி யஜ்ஜுஹோஷி தயூதாயூஸி யத் |
யத்தபஸ்யஸி கௌந்தேய தத்குருஷ்வ மதயூர்பணம் ||'

பொருள்: 'நீ எதைச் செய்தாலும், எதனை உண்டாலும், எதை தானமாகக் கொடுத்தாலும் எத்தகைய தவத்தைச் செய்தாலும், குந்தி மகனே, எனக்கு அர்ப்பணமென்று செய்.'

கவனிக்க. எதனை நீ உண்டாலும் (யத்ஸ்நாஸி) என்று கண்ணன் சொல்வதாக வியாசர் எழுதியிருக்கிறார். நீ புளியோதரையை,

சர்க்கரைப் பொங்கலை உண்டாலும் என்று சொல்லவில்லை. பிரியாணியை உண்ணக் கூடாது என்று சொல்லவில்லை. எதை உண்டாலும் என்று தெளிவாகவே கண்ணன் சொல்கிறார். மாமிசத்தைப் பக்தியுடன் படைத்து மோட்சம் எய்திய வேடன் கண்ணப்பனுக்கு இது புரிகிறது. அசைவ உணவு வகைகளைப் பக்தியோடு படையல் செய்து அதைப் பிரசாதமாகத் தரும் சிறு கோவில்களின் அர்ச்சகர்களுக்குப் புரிகிறது. துக்ளக்கிற்குப் புரியவில்லை.

நீ எதை உண்டாலும் எத்தகைய தவத்தைச் செய்தாலும் எனக்கு அர்ப்பணமென்று செய் என்கிறார் கிருஷ்ணர். இதைத்தான் குருமூர்த்தியின் துக்ளக் கிண்டலடிக்கிறது. யார் இந்து விரோதி? கிருஷ்ணனின் சொல்லைச் சிரமேற்கொண்டு பக்தியோடு பிரியாணியையும் இறைச்சியையும் படையலிடுபவர்களா அல்லது அதைக் கிண்டலடிப்பவர்களா?

கடைசியாக ஒரு குறிப்பு. சூப்பும் பிரியாணியும் கொடுத்தால் கூட்டம் குறைந்துவிடும் என்று கேலிச் சித்திரம் சொல்கிறது. பெண்கள், திருநங்கைகள் குறி சொல்லும் கோயில்களிலும் சூப்பும் பிரியாணியும் பிரசாதமாக தரும் சாய்பாபா கோயில்களிலும் எக்கச்சக்கமாகக் கூட்டம் வருவதை அந்தக் கோவில்களுக்கும் போய்ப் பார்த்தால் தெரிந்துகொள்ளலாம்.

•

[2]

2014இல் என்ன போர் நடந்தது கங்கனா?

நடிகர் கங்கனா ரணாவத் தீபாவளியை ஒட்டிக் கருத்துப் பட்டாசு வெடித்திருக்கிறார். 1947இல் இந்தியா பெற்றது சுதந்திரம் அல்ல, அது பிச்சை எனக் கூறியிருக்கிறார். அப்படியானால் இந்தியா உண்மையான சுதந்திரத்தைப் பெறவே இல்லையா என்றால், உண்மையான சுதந்திரம் 2014இல்தான் கிடைத்தது என்று இன்னொரு பட்டாசைக் கொளுத்திப் போட்டிருக்கிறார்.

1947இல் கிடைத்த சுதந்திரம் கெஞ்சிக் கூத்தாடிப் பெற்ற பிச்சை. 2014இல் திரு. நரேந்திர மோடி அவர்கள் பிரதமராகத் தேர்ந்தெடுக்கப்பட்ட தருணத்தில் அந்தக் களங்கம் துடைக்கப்பட்டு உண்மையான சுதந்திரம் பாரதத் திருநாட்டில் மலர்ந்தது. இதுதான் கங்கனாவின் அற்புதமான சிந்தனையில் உதித்த அபாரமான கருத்து.

பெற்ற சுதந்திரத்தைப் பிச்சை என்று சொல்வதா என்று அப்பாவி தேசபக்தர்களும் தேசியவாதிகளும் பொங்கினார்கள். அதற்கு பதில் சொல்லும்போது கங்கனாவிடமிருந்து இன்னொரு அரிய கருத்து வெளிப்பட்டது.

1857இல் நடந்ததுபோன்ற போராட்டம் ஏதாவது 1947இல் நடந்ததா என்று கங்கனா கேள்வி எழுப்பினார். அப்படி நடந்திருந்தால் சொல்லுங்கள், என் கருத்தைத் திரும்பப் பெற்றுக்கொண்டு மன்னிப்புக் கோருகிறேன் என்றார். கூடவே நேதாஜி சுபாஷ் சந்திர

போஸின் இந்திய தேசிய ராணுவ முயற்சிகளை உயர்த்திப் பேசி, அத்தகைய போராட்டத்தின் மூலம் சுதந்திரம் கிடைக்கவில்லையே என்று ஏகத்துக்கும் வருத்தப்பட்டிருந்தார்.

ரத்தம் பார்க்கும் ஆசை

கங்கனாவின் பிரச்சினை புரிகிறது. எத்தகைய உரிமைப் போராட்டமாக இருந்தாலும் அதில் கொஞ்சமாவது ரத்தம் பார்க்க வேண்டும் என்பதுதான் அவருடைய ஆசை. சில சமயம் உரிமை கேட்டுப் போராடுபவர்களை ஆதிக்கப் பிரிவினர் வெளுத்து விடுவதுண்டு. அதனால் போராட்டக்காரர்கள் ரத்தம் சிந்துவதும் உண்டு. ஆனால், கங்கனா விரும்புவது அந்த ரத்தத்தை அல்ல. 'பகைவர்'களின் ரத்தம். எதிரிகளை வெட்டி வீழ்த்தி அல்லது குண்டு போட்டுச் சாய்த்துப் பெறுவதே அவரைப் பொறுத்தவரை உரிமை, சுதந்திரம். அதுவே தன்மானம். மற்றதெல்லாம் பிச்சை. வெறும் பிச்சை.

இந்தத் தர்க்கத்தை நீட்டித்துக்கொண்டுபோனால் தென்னாப் பிரிக்காவில் கறுப்பு இன மக்கள் பெற்றதும் பிச்சைதான். அவ்வளவு ஏன், பணியிடத்திலும் பொது இடங்களிலும் பல்வேறு உரிமைகளுக்காகச் சட்ட ரீதியாகவும் மறியல், பேரணி, கையெழுத்து இயக்கம் ஆகியவை மூலமாகவும் நடக்கும் போராட்டங்களும் பிச்சைக்காரத்தனமான செயல்பாடுகள்தாம். 8 மணிநேரப் பணி, அடிப்படை ஊதிய நிர்ணயம், வார விடுமுறை, பெண்களுக்கான சொத்துரிமை, அனைவருக்குமான வாக்குரிமை ஆகியவையும் பிச்சைதான். இவையெல்லாம் நீண்ட நெடிய போராட்டங்களுக்குப் பிறகும் தியாகங்களுக்குப் பிறகும் கிடைத்தன என்று சொல்லும் அப்பாவிகள் அப்பால் போகலாம். போராட்டம் என்றால் ரத்தம் பார்க்க வேண்டும். அதுவும் பகைவர்களின் ரத்தம். அது இல்லாத போராட்டம் எல்லாமே பிச்சைதான், அவமானம்தான். அப்படித்தான் கங்கனா கருதுகிறார். நம்மையும் கருதச் சொல்கிறார்.

1847, 1947, 2014: என்ன சொல்கிறார் கங்கனா?

இதில் ஒரு விஷயம் மட்டும் புரியவில்லை. 2014இல் அப்படி என்ன போராட்டம் நடந்தது? நாம் அறிந்தவரை பாஜக தேர்தலின் மூலமாகத்தானே ஆட்சியைப் பிடித்தது? தேர்தல் மூலமாகத்தானே கொடுங்கோல் காங்கிரஸ் ஆட்சியைப் பெயர்த்து எறிந்தது? நமக்கெல்லாம் தெரியாமல் 1857இல் நடந்ததுபோன்ற யுத்தம் ஏதாவது 2014இல் நடந்ததா?

ரத்தம் பார்த்த போராட்டங்களைக் காணாத கட்சி அல்ல பாஜக என்றாலும் 2014இல் அப்படி எதுவும் நடக்கவில்லையே? அது மட்டும் எப்படி உண்மையான சுதந்திரமாகும்? அதுவும் கங்கனாவின் மொழியில் சொல்வதென்றால் ஓட்டுப் பிச்சை எடுத்து வாங்கிய சுதந்திரம்தானே? அதிலும் பாஜகவின் தேர்தல் திருவோட்டில் எல்லா வாக்காளர்களும் தங்கள் வாக்குகளைப் பிச்சையாகப் போட்டுவிடவில்லையே? 31 சதவீதம் பேர் மட்டும்தானே போட்டார்கள்? இதில் கங்கணா ஸ்டைல் போராட்டம் எங்கே வந்தது?

சிந்தனைச் சிற்பியும் இணையற்ற வீராங்கனையும் நவபாரதச் செம்மலுமான கங்கனா அவர்கள் இதை விளக்கினால் பாமரர்களுக்கு உதவியாக இருக்கும்.

வீரம் என்பது என்ன?

காந்தியின் தலைமையிலும் வழிகாட்டுதலிலும் நடைபெற்ற அகிம்சை வழியிலான போராட்டம் என்பது கங்கனாவின் கண்களுக்குப் பிச்சையாகத் தெரிகிறது. மசாலா படங்களில் வருவதுபோல காந்தி, நேரு, படேல் போன்றோர் துப்பாக்கியை எடுத்து மவுண்ட்பேட்டனைச் சுட்டுக் கொன்று சுதந்திரத்தைப் பெற்றிருக்க வேண்டும் என்று அவர் விரும்புவது தெரிகிறது. அவர்களுக்கு அதற்கு வக்கு இல்லாவிட்டால் சுபாஷ் சந்திர போஸின் ஆயுதப் போராட்டத்தையாவது ஆதரித்திருக்க வேண்டும். இரண்டையும் அவர்கள் செய்யவில்லையே என்று கங்கனா வருத்தப்படுகிறார்.

1857இல் நடைபெற்ற போர், அதற்கு முன்பு வேலூரில் நடந்த ஆயுதக் கிளர்ச்சி உள்ளிட்ட பல்வேறு ஆயுதப் போராட்டங்கள் இந்திய விடுதலைப் போராட்டத்தின்போது நடந்திருக்கின்றன. ஆயுத பலம், பொருளாதார வலிமை உள்ளிட்ட பல்வேறு சாதகங்களைக் கொண்ட ஆங்கிலேயப் படை இந்த எல்லாப் போராட்டங்களிலும் இறுதி வெற்றி பெற்றது. இந்தப் போராட்டங்கள் எதுவும் மக்களின் சுதந்திர எழுச்சியின் காரணமாக நடைபெறவில்லை. பரந்துபட்ட மக்கள் திரளின் ஆதரவு கிடைக்கவில்லை. எனவே இவற்றுக்குத் தேவையான நீடித்த ஆதரவு என்னும் வலிமை சேரவே இல்லை.

அகிம்சை என்பது வன்முறைக்கு எதிரான கோட்பாடு மட்டுமல்ல. அது வலிமையான போராட்ட உத்தியும்கூட. ஆயுதப் போராட்டத்தின் எல்லைகளையும் குறைகளையும் உள்ளார்ந்த

சிக்கல்களையும் மோசமான விளைவுகளையும் உணர்ந்த போர் வியூகம் அது. இதை உணராத எத்தனையோ ஆயுதப் போராட்டங்கள் மண்ணோடு மண்ணாக மடிந்ததுடன் போரில் தொடர்பே அற்ற லட்சக்கணக்கான மக்களையும் சேர்த்துப் பலிவாங்கியிருப்பதை வரலாறு பதிவுசெய்திருக்கிறது. மக்களுடைய விடுதலைக்காகப் போராடுவதாகச் சொல்லிக் கொண்டு களம் இறங்கிய போராளிகளால் அதே மக்கள் கூட்டம் பெருமளவில் பலியாவதைத் தடுக்க முடியவில்லை என்பதையும் வரலாறு கூறுகிறது.

சாமானிய மனிதர்களின் தீரம்

காந்திய இயக்கம் வன்முறையைக் கைக்கொண்டு போரிடவில்லை. ஆனால், தன் எதிரியிடம் யாசகமும் கேட்கவில்லை. காலனி அரசின் வன்முறையைக் கற்பனைக்கும் அப்பாற்பட்ட துணிச்சல் மிக்க அறப் போராட்டங்களால் அது எதிர்கொண்டது. சாமானிய மக்களுக்குச் சுதந்திர உணர்வூட்டி அவர்களைச் சுதந்திரத்திற்காகத் தெருவில் இறங்கிப் போராடவைத்தது. தேச விடுதலை என்பது நமக்கான விடுதலை, நமக்கான வாழ்முறை என்று மக்களை உணரவைத்தது. விடுதலை என்பது அரசியல் விடுதலை மட்டுமல்ல, பல்வேறு விதமான ஒடுக்குமுறைகள், பிற்போக்குத் தனங்கள், சுரண்டல்கள் ஆகியவற்றிலிருந்து பெற வேண்டிய முழுமையான விடுதலை என்னும் எண்ணத்தை மக்களிடையே விதைத்து அவற்றுக்கான இயங்கங்களையும் முன்னெடுத்தது.

இந்தப் போராட்டத்தில் எண்ணற்ற உயிர்களைப் பலி கொடுத்து அளப்பரிய தியாகங்களையும் செய்துதான் இந்தியாவுக்கான சுதந்திரத்தைப் பெற்றது.

உப்புச் சத்தியாக்கிரகத்தை ஒட்டி, மும்பையில் நடந்த ஒரு போராட்டம் பற்றிய ‘சிகாகோ டெய்லி நியூஸ்’ இதழில் 1930, ஜூன் 21 அன்று ஒரு செய்தி வெளியானது. இந்த இதழின் இந்தியாவுக்கான அதன் செய்தியாளர் நெக்லே பார்ஸன் இதை எழுதியிருக்கிறார்.

‘காவல் துறையின் தாக்குதல் நம்பவே முடியாத அளவுக்குக் கொடூரமாகவும் முட்டாள்தனமாகவும் இருந்தது. ஆனால், போராட்டக்காரர்கள் அதை அமைதியாக, மன உறுதியுடன் எதிர்கொண்ட விதம் வீரம் நிறைந்த ஒன்றாக இருந்தது’ என்று அந்தக் கட்டுரை கூறுகிறது.

வீரம் என்பது உயிரை எடுப்பது அல்ல, உயிரே போனாலும் என்னுடைய கொள்கையில், கோரிக்கையில் பின்வாங்க மாட்டேன் என்னும் உறுதிதான் வீரம். பிச்சை என்பது கிடைத்ததைப் பெற்றுக்கொள்வது. நான் கோரியது கிடைக்கும்வரை விட மாட்டேன் என்று களத்தில் நிற்பது பிச்சை அல்ல. அது போர்.

ஆயுதம் ஏந்திப் போராடியவர்களின் விடுதலை உணர்வையோ தேசபக்தியையோ அகிம்சைப் போராட்ட வீரர்கள் குறைத்து மதிப்பிடுவதில்லை. ஆனால், அந்த வழியை அவர்கள் நிராகரித்தார்கள். பரந்துபட்ட மக்கள் திரளுக்கு விடுதலை உணர்வையும் அதற்காகப் போராட வேண்டிய உணர்வையும் அளித்து, விடுதலைப் போராட்டத்தை மக்கள் இயக்கமாக அவர்கள் மாற்றினார்கள். அதற்குத் தேவையான பொறுமையும் உறுதியும் அவர்களிடம் இருந்தன.

பரபரப்புக்காக அவ்வப்போது ஏதாவது ஊசிப் பட்டாசுகளைக் கொளுத்திப் போடும் கங்கனாவுக்கு பதில் சொல்வது முக்கியமல்ல. தான் பேசுவது என்னவென்பதை உணர்ந்திருந்தால், 1857இல் நடந்ததுபோன்ற ஆயுதப் போராட்டம்தான் விடுதலை பெறுவதற்கான சிறந்த வழி என்று சொல்லும் அதே வாயால் தேர்தல் வெற்றியின் மூலம் ஒரு கட்சி 2014இல் பெற்ற வெற்றியை உண்மையான சுதந்திரம் என்று அவர் சொல்லியிருக்க மாட்டார். ஆனால், வீரம், சுதந்திரம் என்பதற்கு அவர் தரும் விளக்கங்கள் அவரைப் போன்ற பலரது மனங்களிலும் இருக்கும் சிந்தனைதான் எனபதால் அதைப் பற்றிப் பேச வேண்டியதாகிறது.

கங்கனாவின் கருத்து வீரம் என்பதை வன்முறையுடனும் எதிரிகளின் உயிரைப் பறிப்பதுடனும் தொடர்புபடுத்தும் வீரம், ஆண்மை என்னும் கோட்பாடுகளை அடிப்படையாகக் கொண்டது. இத்தகைய ‘வீரமும் ஆண்மையும்’ ஏற்படுத்திய மாபெரும் நாசங்களின் சிதிலங்கள் வரலாறு நெடுகிலும் பரவிக் கிடக்கின்றன. இதைப் பார்ப்பவர்களுக்கு இத்தகைய வீரம், ஆண்மை ஆகியவற்றின் அபாயகரமான விளைவுகள் என்னவென்று தெரியும். உலகின் பல்வேறு உரிமைப் போராளிகள் காந்தியைத் தம் ஆதரிசமாகக் கருதுவது ஏன் என்பதும் புரியும்.

•

[3]

பாகிஸ்தானுக்கு மோடியும் ராகுலும் ஏன் வாழ்த்துச் சொல்லவில்லை?

எல்லாவற்றுக்கும் முடிவு என்று ஒன்று உண்டு. மகத்தான விஷயங்களும் இதற்கு விதிவிலக்கு இல்லை. உலகக் கோப்பைப் போட்டிகளில் பாகிஸ்தான் அணியிடம் இந்தியா தோற்றதே இல்லை என்னும் வரலாறும் முடிவுக்கு வந்தது. 20 ஓவர் போட்டிகளுக்கான உலகக் கோப்பைத் தொடரில் இந்த இரு அணிகளும் மோதின. அதில் இந்தியா பல விதங்களிலும் சொதப்ப, பாகிஸ்தான் அபாரமாக ஆடி வென்றது.

துபாயின் பனிப் பொழிவு இரண்டாவதாகப் பந்து வீசுபவர்களுக்குச் சாதகமாக இராத ஆடுகளத்தில் குறைவான ரன்களை வைத்துக் கொண்டு பந்து வீச வேண்டிய நிலைக்கு ஆளான இந்தியா தோற்றதில் வியப்பில்லை. டாஸ் வென்ற பாகிஸ்தான் பந்து வீச்சைத் தேர்ந்தெடுக்கும் என்பது எதிர்பார்த்ததுதான். அதற்கு முக்கியக் காரணம், துபாய் ஆடுகளத்தில் இலக்கைத் துரத்துவது ஒப்பீட்டளவில் எளிது. முதலில் களமிறங்கி மட்டையாடுவது கடினம்.

எதிர்பார்த்தபடியே எல்லாம் நடந்தன. மூன்று விக்கெட்டுகள் சடுதியில் விழுந்தன. ரோஹித் ஷர்மா, கே.எல். ராகுல், சூர்ய குமார் யாதவ் ஆகிய மூன்று முக்கியமான மட்டையாளர்களும் வெளியேறிய நிலையில் விராட் கோலியால் சாகசத்தில் இறங்க முடியவில்லை. மானத்தைக் காப்பாற்றிக்கொள்வதே பெரிய விஷயம் என்னும் நிலையில் அதற்கேற்பவே அவரும் ஆடினார்.

அதிரடி காட்ட முனைந்திருந்தாலும் பாகிஸ்தானின் பந்து வீச்சில் பறந்த பொறி அவரது விக்கெட்டையும் விரைவில் அவித்திருக்கும்.

151 என்பது கேவலமான ஸ்கோர் அல்ல. அதே சமயம் பந்து வீச்சாளர்களுக்குத் தெம்பளிக்கும் ஸ்கோரும் அல்ல. பாகிஸ்தானின் தொடக்க ஆட்டக்காரர்கள் தங்களது பந்து வீச்சாளர்களின் கடின உழைப்புக்குப் பொருத்தமான பின்னுரையைத் தங்கள் மட்டையால் எழுதினார்கள். வெற்றி குறித்த பதற்றம் இன்றித் தன்னம்பிக்கையுடன் ஆட்டத்தை அணுகினார்கள். பெவிலியனில் காத்திருந்தவர்களுக்கு எந்த வேலையையும் மிச்சம் வைக்காமல் ஆட்டத்தை முடித்தார்கள்.

என்னதான் குறைவான ஸ்கோர், பனிப்பொழிவு என்று சொன்னாலும் இந்தியப் பந்துவீச்சில் தீவிரமோ முனைப்போ இல்லை என்பது தோல்விக்கான முக்கியக் காரணம். பல களம் கண்ட புவனேஸ்வர் குமார், முகம்மது ஷமி, ஜஸ்ப்ரீத் பும்ரா ஆகியோர் பந்து வீச்சில் சுரத்தில்லை. குறிப்பாக ஷமி போதிய வேகமின்றிக் குறை நீளத்தில் பந்து வீசிக்கொண்டிருந்தார். ஐபிஎல்லில் கலக்கிய வருண் சக்கரவர்த்தியையும் பாகிஸ்தான் மட்டையாளர்கள் நேர்த்தியாக எதிர்கொண்டார்கள். ரவீந்திர ஜடேஜாவின் சுழலும் எடுபடவில்லை.

இந்தியாவும் பாகிஸ்தானும் மோதிய அனைத்து விதமான ஆட்டங்களையும் ஒட்டுமொத்தமாக எடுத்துப் பார்த்தால் பாகிஸ்தானின் கையே ஓங்கியிருக்கும். அதிகப் போட்டிகளில் பாகிஸ்தானே வென்றிருக்கிறது. உலகக் கோப்பைப் போட்டிகளில் மட்டுமே இந்தியா பாகிஸ்தானைத் தொடர்ந்து வென்றிருக்கிறது. ஆக்ரோஷமான பந்து வீச்சும் வலுவான மட்டையாளர் வரிசையும் கொண்ட பாகிஸ்தான் வெல்வதில் வியப்பதற்கு ஒன்றுமில்லை. இந்தியாவும் வலுவான அணிதான் என்றாலும் பாகிஸ்தான் வெல்வதைக் கண்டு அதிர்ச்சி ஏற்படும் அளவுக்கு அது ஒன்றும் சாதாரண அணி அல்ல. நிர்ணயிக்கப்பட்ட ஓவர்கள் கொண்ட போட்டிகளில் குறிப்பிட்ட ஒரு நாளில் எந்த அணி வேண்டுமானாலும் வெல்லலாம். அதுதான் அந்த வடிவத்தின் இயல்பு.

இந்த யதார்த்தைக் கணக்கில் எடுத்துக்கொள்ளாத உணர்ச்சிக் கொந்தளிப்புகளும் ஆற்றாமைகளும் புலம்பல்களும் சாபங்களும் இந்தியப் பொது வெளிகளில் நிறைந்திருக்கின்றன. குறிப்பாகச் சமூக வலைதளங்களில் பலரும் இழவு வீட்டில் ஒப்பாரி வைப்பதைப் போலப் பேசுகிறார்கள். அதிக ரன்கள் விட்டுக்

கொடுத்த முகம்மது ஷமியை வறுத்து எடுக்கிறார்கள். 'துரோகி' என்று சொல்லுமளவுக்குச் சிலர் அருவருப்பான எதிர்வினைகளை ஆற்றுகிறார்கள். இதே முகம்மது ஷமி 50 ஓவர் உலகக் கோப்பைத் தொடர் உள்படப் பல போட்டிகளில் இந்தியாவின் வெற்றிக்கு அச்சாணியாக இருந்தவர் என்பதை மறந்துவிடுகிறார்கள்.

பாகிஸ்தானுடனான போட்டி என்றால் இந்திய அணியில் இருக்கும் முஸ்லிம் ஆட்டக்காரருக்குக் கூடுதல் சுமை ஏறும் என்றால் அது இந்தியப் பண்பு அல்ல. இந்திய அணியில் மன்சூர் அலி கான் பட்டோடியிலிருந்து இன்று ஆடும் முகம்மது சிராஜ்வரை எத்தனையோ இஸ்லாமியர்கள் சிறப்பான பங்களித்திருக்கிறார்கள். ஜாகீர் கான் போன்றோர் இஸ்லாமியராக இருந்தும் என்று குறிப்பிட்டு அவர்களுடைய அற்புதமான பங்களிப்பைப் பற்றிப் பேவதுகூட அவர்களை இழிவுபடுத்துவதற்குச் சமமானது.

இந்திய அணியில் விதிவிலக்கே இல்லாமல் எல்லாக் கால கட்டங்களிலும் முஸ்லிம்களின் பங்கேற்பும் முக்கியமான பங்களிப்பும் இருந்து வந்திருக்கிறது. வெற்றி பெறும்போது தலையில் தூக்கி வைத்துக் கொண்டாடுவதும் தோல்வி பெறும் போது தூக்கிப் போட்டு மிதிப்பதும் பாமர ரசிகர்களின் இயல்புதான். கிரிக்கெட் ஆவேசம் தலைக்கேறிய நாட்டில் இது நடக்கத்தான் செய்யும். ஆனால், தோல்வி பெறும்போது ஒருவருடைய மதத்தையோ சாதியையோ சுட்டிக்காட்டி விமர்சிப்பதை எந்த வகையிலும் ஏற்றுக்கொள்ள முடியாது.

விளையாட்டையும் தேசபக்தியையும் குழப்பிக்கொள்வதால் ஏற்படும் விளைவு என்று இதைச் சொல்லிவிட முடியாது. இந்திய அணி தோற்றால் இந்தியாவே தோற்றதுபோல உணரும் பாமரத் தனம் மட்டுமல்ல இது. அந்த உணர்ச்சி வேகத்தில் மதம் பார்த்து வசை பாடுவது விஷமத்தனமானது. இந்திய உணர்வுக்கு விரோத மானது. மத பேதத்தை வைத்து தேசம் என்பதை வரையறுத்துக் கொள்வது இந்தியப் பண்பு அல்ல. அப்படி இருந்திருந்தால் இந்திய அணியில் முஸ்லிம்கள் யாரும் இருந்திருக்கவே முடியாது. இந்த அடிப்படை உணர்வு அற்றவர்கள்தான் ஷமியை 'துரோகி' என்கிறார்கள். மோசமாகப் பந்து வீசியதற்காக அவரை விமர்சிப்பது வேறு. முஸ்லிம் என்பதற்காக விமர்சிப்பது முற்றிலும் வேறு. காஷ்மீரின் ஸ்ரீநகரில் பாகிஸ்தான் வெற்றியைச் சிலர் பட்டாசு வெடித்துக் கொண்டாடியதும் இதே மனநிலையின் மறுபக்கம்தான். முற்போக்கு முகாமில் இருப்பவர்களும் மத அடிப்படையில் இந்தத் தோல்வியைச் சித்தரித்து இந்திய அணியைக் கிண்டலடிக்கிறார்கள்.

இந்திய அணியின் முன்னாள் வீரரான வீரேந்திர சேவாக் இப்படிப்பட்டவர்களைக் கண்டித்திருக்கிறார். காஷ்மீரில் பட்டாசு வெடித்தவர்களை மட்டுமின்றி, ஷமியை விமர்சித்தவர்களையும் அவர் கண்டித்திருக்கிறார். ஆனால், இதர நட்சத்திர வீரர்களோ இந்திய கிரிக்கெட் வாரியமோ உடனடியாக இதைக் கண்டிக்க வில்லை.

இந்திய, பாகிஸ்தான் ஆட்டத்தை இந்திய, பாகிஸ்தான் போர் என்பதுபோலக் காணும் போக்கு பாமர மக்களிடம் மட்டுமல்ல, இந்திய அரசியல்வாதிகளிடமும் இருக்கிறது. ஞாயிற்றுக்கிழமை நடந்த போட்டியைப் பார்த்துக்கொண்டிருந்த ஜெய் ஷாவின் எதிர்வினைகள் பாமர ரசிகர்களுக்குச் சற்றும் சளைத்ததாக இல்லை. பாகிஸ்தான் வெற்றி பெற்றதும் அந்த அணியை வாழ்த்தி சேவாக், சுரேஷ் ரெய்னா ஆகியோர் பதிவிட்டார்கள். பிரதமர் நரேந்திர மோடி, உள்துறை அமைச்சர் அமித் ஷா, காங்கிரஸ் (முன்னாள்) தலைவர் ராகுல் காந்தி ஆகியோர் அமைதியாக இருக்கிறார்கள்.

இந்தத் தலைவர்கள் பாகிஸ்தான் அணிக்கு வாழ்த்துச் சொல்லி இந்திய அணிக்கு ஆறுதல் சொல்லியிருந்தால் அது முக்கியமானதொரு செயல்பாடாக இருந்திருக்கும். இது வெறும் விளையாட்டுதான் என்பதை உணர்த்தியிருக்கும். இந்திய ரசிகர்களிடையே இந்த அளவுக்கு உணர்ச்சிக் கொந்தளிப்பு இருந்திருக்காது. முகம்மது ஷமியை மத அடிப்படையில் பார்த்து வசைபாடுவதும் தவிர்க்கப்பட்டிருக்கும். இதுபோன்ற தருணங்களில்தான் தலைமையின் தன்மை பளிச்சென்று புலப்படும்.

பொதுமக்களின் உணர்ச்சிகளைப் பண்படுத்த வேண்டிய நிலையில் இருக்கும் தலைவர்கள் அவற்றைப் பயன்படுத்திக்கொள்வதைப் பற்றி மட்டும் யோசித்தால் இத்தகைய எதிர்வினைகள் எப்படி வரும்?

ஆட்டம் முடிந்ததும் பாகிஸ்தான் அணியின் மட்டையாளர்களை விராட் கோலி கட்டித் தழுவி வாழ்த்தினார். அதில் உண்மையான பாராட்டுணர்வும் பெருந்தன்மையும் தெரிந்தது. உண்மையான விளையாட்டு வீரனுக்கும் நல்ல தலைவனுக்கும் உரிய பண்பு அது. இந்தப் பண்பை நமது அரசியல் தலைவர்களும் வெளிப்படுத்தும் போது இந்தியப் பொதுவெளியின் இன்னும் பக்குவத்தை நாம் எதிர்பார்க்கலாம்.

•

[4]

அதிரவைக்கும் மத ஆணவக் கொலை

ஹரியானா மாநிலத்தில் விவசாயிகள் போராட்டம் நடத்திவரும் சிங்கு பகுதியில், லக்பீர் சிங் என்ற தலித் சீக்கியர் கொடூரமாகக் கொலை செய்யப்பட்டார். இந்தக் கொலைக்கு நிஹாங் சீக்கியக் குழு பொறுப்பேற்றுள்ளது. சீக்கிய மதத்தின் புனித நூலை அவமதித்ததால் கொன்றதாகத் தெரிவித்துள்ளது. இந்தக் கொலை தொடர்பாக நிஹாங் அமைப்பைச் சேர்ந்த சரவ்ஜித் சிங் என்பவர் போலீசில் சரண் அடைந்தார். நிஹாங் அமைப்பைச் சேர்ந்த மற்றொருவர் அமிர்தசரஸ் மாவட்டத்தில் கைது செய்யப்பட்டார். நிஹாங் அமைப்பைச் சேர்ந்த மேலும் 2 பேரை ஹரியானா போலீசார் கைது செய்துள்ளனர்.

கொலை என்பதே அதிர்ச்சிக்குரியது. அதிலும் மதக் காரணங் களுக்காக என்பது மேலும் அதிர்ச்சிக்குரியது. இந்த அதிர்ச்சி எல்லாம் போதாது என்று இது தொடர்பில் இன்னொன்றும் நடந்துள்ளது. கைது செய்யப்பட்ட இருவருக்கும் நிஹாங் அமைப்பின் உறுப்பினர்கள் மாலை அணிவித்து மரியாதையுடன் அனுப்பிவைத்தார்கள். அமைப்பின் மூத்த உறுப்பினர் ஒருவர், அவர்கள் இருவரின் காலைத் தொட்டு வணங்கி விடை கொடுத்தார்.

ஏன் இந்த மரியாதை?

கொலை செய்ததாக ஒப்புக்கொண்டு, கொலைக்கான பொறுப்பை ஏற்றுக்கொண்டு கைதாகிறவர்களுக்கு மாலை மரியாதை

நடக்கிறது என்றால் அதற்கு என்ன பொருள்? அந்த அமைப்பில் இருப்பவர்கள் செய்ய நினைத்ததை அவர்கள் செய்துவிட்டார்கள். அத்தனை பேருடைய உள்ளக் கிடக்கையையும் அவர்கள் நிறைவேற்றிவிட்டார்கள். மதத்தின் 'புனித'த்தைக் காப்பாற்றுவதற்காக அவர்கள் 'சம்ஹாரம்' செய்திருக்கிறார்கள். அதனால் தனிப்பட்ட முறையில் தங்களுக்கு ஏற்படக்கூடிய நெருக்கடிகளை ஏற்கத் தயாராக இருக்கிறார்கள். அதாவது, மதத்தின் புனிதம் காக்கத் 'தியாகம்' செய்திருக்கிறார்கள். எனவே அவர்கள் போற்றப்பட வேண்டியவர்கள். வழிபடப்பட வேண்டியவர்கள். இந்தக் கொலைக்காக ஒருவேளை அவர்கள் தூக்குத் தண்டனை பெற்றால் நிஹாங் அமைப்பினர் இந்த இருவருக்கும் கோயில் கட்டி வழிபடவும் வாய்ப்பிருக்கிறது.

கொலையைக் காட்டிலும், அதற்கான காரணத்தைக் காட்டிலும் அதிர்ச்சிகரமானது இந்த உளவியல்தான். மத கௌரவம், மதப் புனிதம் சார்ந்த உணர்வுகளின் வலிமை முறுக்கேறிக்கொண்டே போய், இவற்றைக் காப்பதற்காக எதையும் செய்யலாம் என்னும் மனநிலையை ஏற்படுத்துகிறது. சாதி கௌரவம், சாதிப் பெருமை, சாதிப் பண்பாடு, சாதித் தூய்மை ஆகியவற்றைக் காப்பாற்றுவதற்காகச் சிலர் கொலை செய்யுமளவுக்குப் போவதை சாதி ஆணவக் கொலை என்று சொல்கிறோம். அதன்படி நிஹாங் பொறுப்பேற்றுள்ள இந்தக் கொலையை மத ஆணவக் கொலை என்றுதான் சொல்ல வேண்டும்.

புனிதங்களின் கட்டமைப்பு

ஒவ்வொரு மதமும் தனக்கென்று சில புனிதச் சின்னங்களையும் குறியீடுகளையும் கொண்டிருக்கும். இவற்றில் சில தொன்று தொட்டு வருபவை. சில காலப்போக்கில் இணைந்துகொள்பவை. இத்தகைய அடையாளங்கள், குறியீடுகள் ஆகிய அனைத்துமே அந்தந்த மதங்களின் மூலப் பிரதிகள், இறை வடிவங்கள் (அல்லது வடிவமின்மை), இவற்றோடு தொடர்புடைய இடங்கள் ஆகியவற்றை அடிப்படையாகக் கொண்டவை. குறிப்பிட்ட மதத்தின் தெய்வம் (அல்லது தெய்வங்கள்), தேவ தூதர்கள், தீர்க்கதரிசிகள் ஆகியோர் தொடர்பான தொன்மங்களும் அவை சார்ந்த இடங்களும் பண்பாடுகளும் இந்தப் பட்டியலில் வரும். இவற்றைப் புனிதமாகக் கருதும் பழக்கம் ஒவ்வொரு மதத்தினுள்ளும் காலாகாலமாக வளர்த்தெடுக்கப்பட்டுவருகின்றன. இந்தப் புனிதத் தன்மையின் மீது இறைமைக்கு இணையான முக்கியத்துவமும்

ஏற்றப்படுகிறது. எனவே, இவை அந்த மதத்தவருக்கு மிகவும் முக்கியமானவையாகிவிடுகின்றன.

மதப் பற்றாளர்கள், இறையடியார்கள் ஆகியோர் தொடர்பான சாதனைகள், தியாகங்கள் போன்ற குறிப்பிடத்தக்க நிகழ்வுகளும் அவை சார்ந்த இடங்களும் காலப்போக்கில் இந்தப் புனிதப் பட்டியலில் சேர்ந்துகொள்கின்றன. இவற்றின் காரணமாக ஒவ்வொரு மதத்திற்கும் போற்றிப் பாதுகாப்பதற்கான புனிதக் குறியீடுகள் பலவாகப் பெருகிவிடுகின்றன. இந்தக் குறியீடுகளைக் காப்பது மதப் பற்றின், இறை விசுவாசத்தின் அடையாளமாகக் கட்டமைக்கப்படுகிறது. எனவே இவற்றைக் காப்பாற்றப் போராடுவது மத நம்பிக்கை உடையோரின் கடமையாக மாறி விடுகிறது.

மதக் கடமை என்றாலே அது 'புனிதக்' கடமைதான். புனிதக் கடமையைச் செய்யும்போது அதற்காக உயிரைக் கொடுக்கலாம், உயிரை எடுக்கலாம் என்ற நம்பிக்கை தீவிர மதப் பற்றாளர் களிடையே விதைக்கப்படுகிறது. சாதாரணச் சட்ட திட்டங்கள் இதில் குறுக்கே வர முடியாது. ஒருவேளை இந்தக் கடமையை நிறைவேற்றியதற்காகச் சட்டத்தால் தண்டிக்கப்பட்டால் அது பெருமையோடு ஏற்க வேண்டிய தியாகம். இத்தகைய மன நிலையை உருவாக்கிவிட்டால் போதும். பிறகு மதத்தின் பெயரால், மதப் புனிதங்களின் பெயரால் எதைச் செய்தாலும் அது பக்தி, விசுவாசம், கௌரவம், கடமை ஆகிய புனித அங்கிகளைப் போர்த்திக்கொள்ளும். இந்தப் புனித அங்கிகளைப் போட்டுக் கொள்பவர்கள் சட்டப்படி தண்டிக்கப்பட்டாலும் மத நம்பிக்கை களின்படி ஆராதிக்கப்படுவார்கள். இத்தகைய தியாகிகளை மேலும் உருவாக்கக்கூடிய உணர்வுகளை வளர்க்கும் செயல்பாடுகள் முன்னெடுக்கப்படும்.

சீக்கிய மதத்தைச் சேர்ந்த நிஹாங் அமைப்பினர், கொலைக் குற்றத்திற்காகக் கைது செய்யப்படுபவர்களுக்கு மாலை மரியாதை செய்து, அவர்கள் கால்களில் விழுந்து வணங்கி அவர்களை அனுப்பிவைத்த நிகழ்வு புனிதங்களின் பெயரால் நடக்கும் குற்றங்களைப் புனிதப்படுத்துவதன் அப்பட்டமான எடுத்துக் காட்டு. சாதி 'கௌரவ'த்தையும் 'தூய்மை'யையும் காப்பாற்று வதற்காக 'வீர பலி' கொள்பவர்கள் அந்தச் சாதியினரால் தியாகிகளாகப் போற்றப்படுவதையும் இதையும் பிரித்துப் பார்க்க இயலாது. மத நூல்கள் கூறும் நெறிமுறைகள், இறைத் தூதர்களின்

அடையாளங்கள் ஆகியவை சார்ந்து சட்டங்களும் கட்டளைகளும் பிறப்பிப்பதும் அவற்றை மீறுபவர்களைக் கடுமையாகத் தண்டிப்பதும் ஒரு குறிப்பிட்ட மதத்தவருக்கு மட்டும் சொந்த மானதல்ல என்பதை இது காட்டுகிறது.

அடிப்படைவாதமோ அது வன்முறையாக வெளிப்படுவதோ ஒரு மதத்திற்கு மட்டும் உரியதல்ல. மதப் புனிதம் காப்பதற்கான கொலைக்கு நிஹாங் அமைப்பினர் பொறுப்பேற்கிறார்கள். சில வாரங்களுக்கு முன்பு இந்துக் கடவுள்களை இழிவுபடுத்துவதாகக் கூறிக் காம சூத்திர நூலின் பிரதிகளை இந்து அமைப்பு ஒன்று கொளுத்தியது. தமிழ்நாட்டில் சாதி ஆணவக் கொலைகள் தொடர்ந்து நடக்கின்றன.

ஏதோ ஒன்றைப் புனிதமாகக் கருதுவதில் தவறில்லை. அப்படிக் கருதப்படும் சின்னங்களை யாரேனும் இழிவுபடுத்தினால் அது சம்பந்தப்பட்டவர்களின் உணர்வுகளைப் புண்படுத்தும் என்பதிலும் ஐயமில்லை. ஆனால், அந்தச் செயலை எப்படி எதிர்கொள்வது என்பதுதான் கேள்வி. இந்தியாபோன்ற ஜனநாயக நாட்டில் அனைத்துச் சமயத்தினரும் சாதியினரும் தத்தமது மரபுகளையும் பண்பாட்டுக் கூறுகளையும் பின்பற்ற முழு உரிமை இருக்கிறது. பிற மதங்கள், சாதியினரின் மரபுகளை இழிவுபடுத்துவதற்கு எதிரான சட்டங்களும் இருக்கின்றன. இத்தகைய நிகழ்வுகள் பலவற்றில் வழக்குகள் தொடுக்கப்படுவதும் தவறு இழைத்தவர்கள் தண்டிக்கப்படுவதும் நடக்கின்றன. இவற்றை மீறி, என் மதத்தின், சாதியின் புனிதத்தைக் கெடுக்க முயல்பவர்களை நாங்களே தண்டிப்போம் என்று ஒரு பிரிவினர் சொல்வார்கள் என்றால் அது நாகரிகச் சமூகத்தின் குரலாக இருக்க முடியாது. எது புனிதம் என்பதை வரையறுக்கும் முழு உரிமையும் ஒரு சில தலைவர்கள் கையில் இருக்கும் நிலையில் இது மேலும் சிக்கலானதாக மாறிவிடுகிறது.

ஜனநாயக அரசுகளும் சமூகங்களும் கண்ணுக்குக் கண், பல்லுக்குப் பல் என்னும் நீதி முறையைப் பிற்போக்குத்தனமான, காலத்திற்கு ஒவ்வாத முறையாகக் கருதுகின்றன. இந்தியாவின் அதிகாரப் பூர்வமான நிலைப்பாடும் இதுதன். இந்தச் சூழலில் இத்தகைய கொலைகளும் கொலைக் குற்றம் சுமத்தப்படுபவர்களை ஆராதிப்பதும் நாகரிக வளர்ச்சியைப் பின்னுக்குத் தள்ளி மதம்சார் அராஜகச் சூழலுக்கு வித்திடுவதாகவே அமையும். ஒவ்வொரு மதத்தினரும் இப்படி இறங்கிவிட்டால் அதன் விளைவு என்னவாக இருக்கும் என்பதை யோசித்துப்பார்க்க வேண்டும்.

சட்டமும் நிர்வாகமும் இத்தகைய செயல்பாடுகளைக் கண்டிப்போடு அணுக வேண்டும். ஊடகங்கள் இந்தப் போக்கை அழுத்தமாகக் கண்டிக்க வேண்டும். பொது அறிவுஜீவிகள் மத, சாதி, கட்சி எல்லைகளைக் கடந்து இதுபோன்ற நடவடிக்கை களுக்குக் கண்டனம் தெரிவிக்க வேண்டும். மதத்தின் மீது உண்மையான பற்றும் ஜனநாயகத்தில் நம்பிக்கையும் கொண்ட மதப் பற்றாளர்கள் இவற்றுக்கு எதிராகக் குரல் கொடுக்க வேண்டும்.

இவையெல்லாம் நடக்காவிட்டால் இந்தியப் பொதுவெளியில் ஜனநாயகம் என்பது பாவனையாகவும் அடிப்படைவாதம் என்பது யதார்த்தமாகவும் மாறிவிடும்.

●

[5]

எச்சிலைத் துடைக்க இத்தனை கோடியா?

இந்தியாவில் உள்ள ரயில் நிலையங்களிலும் ரயில்வேக்குச் சொந்தமான வளாகங்களிலும் எச்சில் துப்புவதால் உண்டாகும் கறைகளை நீக்க இந்திய ரயில்வே எக்கச்சக்கமாகச் செலவு செய்கிறது. பான், புகையிலை பயன்படுத்துவோர் எச்சில் துப்புவது இதில் முக்கியப் பங்கு வகிக்கிறது. இதற்காக ஏராளமான தண்ணீரை மட்டுமல்லாது ஆண்டுக்கு ரூபாய் 1200 கோடி ரூபாயையும் இந்திய ரயில்வே செலவிடுகிறது.

ரயில்வே துறையில் நடப்பதை வைத்து வெளியாகியிருக்கும் இந்தத் தகவல், இந்தியர்களின் பொதுவெளிக் கலாச்சாரத்தின் ஒரு சிறிய அடையாளம் மட்டுமே. எச்சில் துப்புதல், சிறுநீர் கழித்தல், குப்பைகளைப் போடுதல் ஆகியவற்றுக்கென்று குறிப்பிட்ட இடங்கள் இருக்கின்றன என்னும் உணர்வை இந்தியப் பொது வெளிகளில் பொதுமக்களிடம் காண்பது அரிது. ரயில் நிலையங்கள், பேருந்து நிலையங்கள், ரயில்கள், பேருந்துகள், சாலைகள், பொதுக் கட்டிடங்கள், வயல் வெளிகள், வனப் பகுதிகள், மலைப் பகுதிகள் என எந்த விவஸ்தையும் இல்லாமல் இந்த மூன்றையும் மேற்கொள்வதில் இந்தியர்களுக்கு இருக்கும் சுவாதீனம் வேறு எந்த நாட்டின் மக்களுக்காவது இருக்குமா என்பது ஐயம்தான். இந்தியர்கள் புனிதமாக நினைத்து வழிபடும் கோயில் வளாகங்கள்கூட இதற்கு விலக்கில்லை. கோவில் மதில் சுவரைச் சுற்றிலும் சிறுநீர் கழித்தல், கோவில் வளாகங்களுக்குள்ளேயே

எச்சில் துப்புதல், குப்பைகளைப் போடுதல் ஆகியவற்றில் பக்தர்கள் பலருக்கு எந்தத் தயக்கமும் இல்லை.

எங்கெங்கு காணினும் எச்சில்

எச்சில் துப்புவதற்குச் சிலர் தேர்ந்தெடுக்கும் இடங்கள் அதிர வைக்கும் அளவுக்கு எதிர்பார்க்க முடியாதவை. மின்தூக்கியில் பயணிக்கும் சில நொடிகளுக்குள் அங்கேயும் எச்சில் துப்புவதற்குச் சிலர் தயங்குவதே இல்லை. படிகளில் ஏறும்போதும் இறங்கும் போதும் திருப்பங்களில் எச்சில் கறைகளைப் பார்க்கலாம். யாரும் எச்சில் துப்பிவிடக் கூடாதே என்பதற்காக அங்கே கடவுளர் சிலைகளைப் பொருத்தி வைப்பார்கள். ஆனால், தெய்வத் திரு உருவங்கள் மீதும் காறித் துப்பிவிட்டுச் செல்லும் மானுட தெய்வங்கள் இருக்கத்தான் செய்கிறார்கள். தெய்வங்கள் மீது காறித் துப்ப வேண்டும் என்பது அவர்கள் நோக்கம் அல்ல. மூலையைப் பார்த்ததும் எச்சில் துப்புவது அவர்களுடைய பழக்கம். துப்பிய பிறகுதான் தெய்வத் திருவுருவம் கண்ணுக்கே தெரியும். அதைப் பார்த்ததும் துப்பியவருக்கே வருத்தம் ஏற்படத்தான் செய்யும். ஆனால் துப்பிய பிறகு என்ன செய்ய முடியும்? 'இந்த இடத்துலபோய் சாமி படத்தை வெச்சிருக்கானே' என்று கட்டிட நிர்வாகியைத் திட்டியபடி கடந்து சென்றுவிடுவார்.

தெய்வங்களின் படங்களை வைப்பதுபோன்ற மென்மையான நடவடிக்கைகள் மட்டுமல்ல, 'இந்த இடத்தில் நாய்கள் மட்டும் சிறுநீர் கழிக்கவும்' என்பதுபோன்ற வன்மையான அறிவிப்புகள் கூடச் சிலரைத் துளியும் பாதிப்பதில்லை. சிறுநீர் கழிக்காதீர் என்னும் எழுத்தின் மீதே சிறுநீர் கழித்துவிட்டுப் போவதுபோல இதன் மீதும் கழித்துவிட்டு இயல்பாகக் கடந்து செல்லும் குடிமக்களை அன்றாடம் சாலைகளில் காணலாம்.

சாலைகளில் பயணம் செய்வோர் சிறுநீர் கழிப்பதற்கான வசதிகள் போதாமல் இருக்கின்றன என்பதில் எந்த ஐயமும் இல்லை. வெளியிலேயே சுற்ற வேண்டிய வேலை கொண்ட பலருக்கும் இது மிகப் பெரிய பிரச்சினை. பொதுக் கழிவறைகள் போதுமான அளவு இல்லை என்பதும் அவை மோசமாகப் பராமரிக்கப்படுகின்றன என்பதும் உண்மைதான். ஆனால், இதைச் சாக்காக வைத்துச் சாலையோரங்களை மாசுபடுத்துவதில் எந்த நியாயமும் இல்லை. பொதுக் கழிப்பிட வசதிகள் போதாமை என்னும் பிரச்சினை ஆண்களுக்கு மட்டுமல்ல. பெண்களுக்கும் உரியது. சொல்லப் போனால் பெண்களுக்குத்தான் அவை மிக அவசியமாகத்

தேவைப்படுகின்றன. என்றாலும் பெண்கள் ஆண்களைப் போலப் பொது இடங்களை அசுத்தப்படுத்துவதில்லை.

பொதுக் கழிப்பிடங்களை அமைத்தாலும் அவற்றின் சுற்றுப் புறத்தை மோசமாக மாற்றுவதில் பயனர்களுக்கும் கணிசமான பங்கு உண்டு. எந்தக் கட்டுப்பாட்டுக்கும் உடன்படாத 'கலக' மனம் கொண்ட குடிமக்கள் சாலைகளை மட்டுமல்ல, பொதுக் கழிப்பிடங் களையும் அசிங்கப்படுத்திவிட்டுச் செல்கிறார்கள். பொதுக் கழிப்பிடங்களை மட்டுமே பயன்படுத்துவது என்னும் உறுதிப்பாடு கொண்டவர்கள் அந்த இடங்களுக்குச் சென்றாலே நோய்த்தொற்று ஏற்படுமோ என்று அஞ்சும் அளவுக்குப் பொதுக் கழிப்பிடங்கள் பல இடங்களில் மிக மோசமாக இருக்கின்றன.

வசதி, உள்கட்டமைப்பு, பராமரிப்பு ஆகியவற்றைத் தாண்டி, மக்களின் போக்கிலேயே உள்ள கோளாறுதான் இதற்கு அடிப்படைக் காரணம். வீட்டில் இருக்கும் குப்பையைப் பெருக்கிச் சாலையில் போடுவது என்பது பல வீடுகளில் பழக்கமானது. தன்னுடைய வீடு சுத்தமாக இருக்க வேண்டும் என்பதில் இருக்கும் அக்கறை சாலை விஷயத்தில் இருப்பதில்லை. ஏனென்றால், வீடு என்பது என்னுடையது, சாலை என்பது பொது இடம்; அதைப் பார்த்துக்கொள்ள வேண்டிய பொறுப்பு அரசாங்கத்திற்கு என்னும் மனப்பான்மைதான் இதற்குக் காரணமாக இருக்க முடியும். பலரும் இப்படியெல்லாம் யோசிப்பதுகூட இல்லை. குப்பையோ எச்சிலோ, கழிவோ, நம்மை விட்டு அகன்றால் போதும் என்று 'எளிமையாக' இதை முடித்துக்கொள்கிறார்கள். இதன் விளைவாகவே பொது வெளியில் எச்சில்களும் கழிவுகளும் குப்பைகளும் திரள்கின்றன. இவை வெறும் குப்பைகள் அல்ல. பொதுமக்களின் மனப்பான்மையின் குறியீடுகள்.

ரயில்வே வளாகங்களில் பயணிகள் எச்சில் துப்புவவதைத் தடுப்பதற்காக எச்சில் துப்புவதற்கென்றே சில பைகளை வினியோகம் செய்யும் தானியங்கி இயந்திரங்களை 42 ரயில் நிலையங்களில் இந்திய ரயில்வே தற்போது அமைத்துவருகிறது. இந்தப் பைகள் ரூபாய் 5முதல் 10வரை மதிப்புள்ளவை.

எச்சில் துப்புகிறவர்கள் இந்தத் தானியங்கி இயந்திரங்களை அணுகி ஐந்து ரூபாயோ பத்து ரூபாயோ செலவுசெய்து இந்தப் பைகளைப் பெற்றுப் பயன்படுத்துவார்கள் என்னும் நம்பிக்கை ரயில்வே நிர்வாகத்திற்கு இருக்கிறது. பொது இடங்களை எந்தக் கவலையும் இல்லாமல் அழுக்குப்படுத்துவதில் பேர்போன இந்தியர்கள்

ரயில்வேயின் இந்த நம்பிக்கையை நினைத்துப் பெருமைப்பட்டுக் கொள்ளலாம்.

தூய்மையைப் பற்றிப் பேசும்போது அது மேட்டுக்குடித்தனமாகப் பார்க்கப்படும் அபாயம் இருக்கிறது. ரயில் இருக்கைகளில், நடைமேடையில் மக்கள் புழங்கும் இடங்களில், மாடிப்படிகளின் மூலைகளில் என்று சகல இடங்களிலும் எச்சில் துப்புவதும் சாலையோரங்களுக்குச் சிறுநீர் அபிஷேகம் செய்வதும் மேட்டுக் குடித்தனமோ மேட்டுக்குடிப் பிரச்சினையோ அல்ல. அது இந்த நாட்டின் ஒவ்வொரு குடிநபரின் பிரச்சினை. கல்வியறிவு அற்றவர்களோ, பாமரர்கள் எனக் கருதப்படுபவர்களோ, அன்றாடக் கூலி வேலைகளைச் செய்யும் ஏழைகளோ மட்டும்தான் இத்தகைய செயல்களில் ஈடுபடுகிறார்கள் என்பதில்லை. மெத்தப் படித்த மேட்டுக்குடியினரும் காரை நிறுத்திச் சாலைகளில் எச்சில் துப்புவதைக் காணலாம். சிகரெட்டைப் பிடித்துவிட்டு அணைக்காமல் தெருவில் வீசுவதைக் காணலாம். இது சராசரி இந்தியர்களின் பிரச்சினை. அனைவருடைய ஆரோக்கியம் சார்ந்த பிரச்சினை.

சூழல், கண்காணிப்பு, கண்டிப்பு

மிகவும் தூய்மையாகப் பராமரிக்கப்படும் இடங்களில் பொதுமக்கள் பெருமளவில் அந்தச் சூழலுக்கேற்ப நடந்துகொள்வதையும் பார்க்கிறோம். தூய்மைக்கு அதிக முக்கியத்துவம் கொடுக்கும் சில கோயில்கள், விமான நிலையம், மெட்ரோ ரயில் நிலையம் போன்ற இடங்கள், ஒரு சில வணிக வளாகங்கள், சென்னையில் உள்ள சத்யம் திரையரங்க வளாகம் போன்ற இடங்களில் சூழலுக்கேற்ப மக்கள் நடந்துகொள்வதையும் பார்க்கிறோம். சூழலின் தாக்கம் மனிதர்கள் மீது இருக்கும் என்பது தெரிந்ததுதான் என்பதால் இதில் வியப்படைய ஒன்றுமில்லை. கண்ட இடத்தில் எச்சில் துப்புவது, குப்பை கொட்டுவது, சிறுநீர் கழிப்பது போன்றவற்றைச் செய்யாமல் இருக்கவும் இவர்களால் முடியும் என்பதை இந்த இடங்களில் இவர்களுடைய நடத்தை நிரூபிக்கிறது. பொது இடங்களில் தூய்மை பேணல் என்பது அசாத்தியமானதல்ல என்பதற்கான நிரூபணமாகவும் இது இருக்கிறது.

சாலைகள், கோயில்கள், பொதுக் கட்டிடங்கள், மின்தூக்கிகள் ஆகிய இடங்களை அசிங்கப்படுத்துவதில் உள்ள பிரச்சினையை, பிழையை, அவலத்தை, வெட்கப்பட வேண்டிய தன்மையை இந்தியாவின் பொதுமக்களில் பலர் உணர்வதில்லை. எனவே

அவர்கள் தன்னுணர்வின்றிக் கண்ட இடங்களிலும் துப்புகிறார்கள். இத்தகைய செயல்கள் அந்த இடத்தை மட்டுமல்ல, அதைப் பயன்படுத்தும் தம்மையும் அசிங்கப்படுத்துவதாகும் என்பதை அவர்கள் உணர்வதில்லை. இந்த மனப்பான்மை வெறும் தூய்மை தொடர்பானது மட்டுமல்ல. நாம் பயன்படுத்தும் இடம் குறித்த நம்முடைய பொறுப்புணர்வின் வெளிப்பாடு. இந்தப் பொறுப்புணர்வின்மைதான் கட்டுக்கடங்காத சுற்றுச்சூழல் பிரச்சினைகளின் ஆணிவேர்.

சூழலை மாற்றுதல், அபராதங்களை விதித்தல், கண்காணிப்பையும் கறாரான நடவடிக்கைகளையும் வலுப்படுத்துதல் எனப் பல நடவடிக்கைகளை அரசு எடுக்கலாம். ஆனால், பொது இடங்களின் தூய்மை குறித்த பொறுப்புணர்வு மக்களுக்கு வராவிட்டால் இதைச் சீர்ப்படுத்தவே முடியாது. இந்தியாவைப் போன்றதொரு நாட்டில் கண்காணிப்பு, அபராதம், கடுமையான நடவடிக்கை ஆகியவற்றை எல்லா இடங்களிலும் ஒரே விதமாக நடைமுறைப்படுத்தவே முடியாது.

மாற்றம் உள்ளிருந்து வர வேண்டும். அதுதான் புற உலகில் நிலைத்து நிற்கும் மாற்றங்களை ஏற்படுத்தும். பொது வெளிகளின் தூய்மை விஷயத்தில் மக்கள் முதலில் தூய்மையின் முக்கியத் துவத்தை உணர வேண்டும். பொது வெளியை அழுக்காக்குவதைத் தனிப்பட்ட அவமானமாக உணர வேண்டும். பொது வெளியின் தூய்மையைப் பேணும் பொறுப்பு அரசாங்கங்களுக்கு அல்ல, முதன்மையாக நமக்குத்தான் இருக்கிறது என்பதை உணர வேண்டும். இதுவே இதற்கான தீர்வு.

இல்லாவிட்டால் இந்தியா முழுவதும் துப்பப்படும் எச்சிலைத் துடைக்கத் தனி பட்ஜெட் போட வேண்டிய நிலைமை வரலாம்.

•

[6]

இந்தியாவிலும் தாலிபான்கள்?

ஆப்கானிஸ்தானில் தாலிபான்களின் ஆட்சி அமையவிருக்கும் நிலையில் உலகின் பல நாடுகள் அச்சத்துடனும் பதற்றத்துடனும் ஆப்கான் நிகழ்வுகளைக் கவனித்துவருகின்றன. அச்சம், அங்குள்ள மக்களுக்கு, குறிப்பாகப் பெண்களுக்கும் குழந்தைகளுக்கும் ஏற்படக்கூடிய பாதிப்புகள் தொடர்பானது.

ஷரியத் சட்டப்படிதான் தங்கள் ஆட்சி இருக்கும் என்று தாலிபான்கள் தெளிவாக அறிவித்துவிட்டார்கள். எனவே ஆட்சியில் பெண்களுக்கு எந்தப் பங்கும் இருக்காது என்று தெளிவுபடுத்திவிட்டார்கள். பெண்கள் படிப்பதற்குக் கட்டுப் பாடுகள், பெண்கள் வேலைக்குச் செல்வதற்குத் தடை முதலான நடவடிக்கைகளை எதிர்பார்க்கலாம். இவற்றை எல்லாம் நினைத்து அங்குள்ள பெண்கள் அஞ்சி நடுங்கிக்கொண்டிருக்கிறார்கள்.

ஆப்கானிஸ்தானில் தாலிபான்களின் செயல்பாடுகள் ஒருபுறம் இருக்க, இந்தியாவிலும் அதே தாலிபான் அணுகுமுறையைச் சிலர் கைக்கொள்வதைப் பார்க்க முடிகிறது. குஜராத் தலைநகர் அகமதாபாதில் உள்ள புத்தகக் கடை ஒன்றின் முன் காமசூத்திரம் என்ற நூலின் நகலை பஜ்ரங் தள் தொண்டர்கள் எரித்ததாகச் செய்தி வந்திருக்கிறது.

காமசூத்திர நூலில் இந்து தெய்வங்கள் அவமதிக்கப் பட்டிருப்பதாகக் குற்றம்சாட்டிய பஜ்ரங்தள் உறுப்பினர்கள், அதன்

பிரதிகளைத் தீயிட்டுக் கொளுத்தினார்கள். மேலும் புத்தக விற்பனை தொடர்ந்தால், அடுத்த முறை கடையும் எரிக்கப்படும் என பஜ்ரங்தள் உறுப்பினர்கள் கடை உரிமையாளரை மிரட்டிய தாகவும் செய்திகள் பதிவாகியுள்ளன. இந்து தெய்வங்களை மோசமான நிலையில் காண்பித்திருப்பது இந்துக்களின் உணர்வைப் புண்படுத்துவதாக அவர்கள் தெரிவித்தனர்.

இந்தியப் பண்பாட்டைப் பற்றியும் இந்தியாவின் வளமான மரபைப் பற்றியும் பெருமையாகப் பேசும் இந்துத்துவ அமைப்புகள் இந்திய மரபின் சிறந்த அம்சங்களில் ஒன்றான காமசூத்திரம் என்னும் நூலைப் பற்றி இத்தகைய கண்ணோட்டத்தைக் கொண்டிருப்பது உண்மையில் அதிர்ச்சி அளிக்க வேண்டும். ஆனால், பஜ்ரங் தள் அமைப்பினர் நூல் நயம் அறிந்தவர்கள் என்பதற்கான ஆதாரம் ஏதுமற்ற நிலையில் வேதனை கலந்த கசப்புப் புன்னகையையே இந்த நிகழ்வு ஏற்படுத்துகிறது.

வாத்ஸ்யாயனர் என்பவர் எழுதியதாக வரலாற்றில் பதிவாகி இருக்கும் காமசூத்திரம் நூல் எப்போது எழுதப்பட்டது என்பது குறித்துத் தெளிவான தரவுகள் ஏதும் இல்லை. ஆய்வாளர்கள் அது கிறிஸ்து பிறப்பதற்கு முன் 400 ஆண்டுகளுக்கு முன்பிருந்து கிறிஸ்து பிறந்த பின் 225 ஆண்டுகளுக்குள் எழுதப்பட்டட்டிருக்கலாம் என்று கருதுகிறார்கள். எப்படிப் பார்த்தாலும் இரண்டாயிரம் ஆண்டுப் பழமை கொண்ட பிரதி இது. உலகம் முழுவதிலும் பல்வேறு அறிஞர்கள் பாராட்டிய நூல் இது. உலகின் பல மொழிகளில் இது மொழிபெயர்க்கப்பட்டுள்ளது.

இந்த நூல் இந்துக்களின் மனதைப் புண்படுத்துவதாக பஜ்ரங் தள் அமைப்பு கண்டுபிடித்துள்ளது. எந்தக் கட்சியையோ அமைப்பையோ சாராத இந்து ஒருவரும் இதைப் படித்துவிட்டுத் தன் மனம் புண்படுகிறது என்று இதுவரை சொன்னதில்லை. ஆனால், என்று பஜ்ரங் தள் கூறுகிறது. யார் அந்த இந்து என்று தெரியவில்லை.

காமசூத்திரம் காமத்தை ஓர் அறிவுத் துறையாக அணுகும் நூல். கிளுகிளுப்புக்காகக் காமத்தைக் கையாண்டு வணிகச் சரக்காக மாற்றுவதற்கும் காமத்தை அறிவுத் துறையாக அணுகுவதற்கும் இடையே உள்ள வித்தியாசம் அறிந்தவர்களின் எதிர்ப்பாக பஜ்ரங் தள்ளின் நடவடிக்கை தெரியவில்லை. உணர்வுகளைச் சுரண்டும் மலினமான காம நூல்களைப் படித்திருக்கக்கூடியவர்கள் காமசூத்திரத்தையும் அத்தகைய நூல் என்று நம்பிப் படித்தால்

ஏமாந்து போவார்கள். காமம் குறித்த விழிப்புணர்வை ஊட்டக் கூடிய தகவல்களும் காமத்தை ஒரு கலையாகப் பயின்று அதன் அதிகபட்சப் பலன்களைப் பெற உதவும் ஆலோசனைகளும் இந்த நூலில் உள்ளன. காமத்தைப் பற்றி மட்டுமின்றி, வாழ்வியல் சார்ந்த பல்வேறு கூறுகளைப் பற்றியும் இந்த நூல் விரிவாகவும் நுணுக்கமாகவும் பேசுகிறது.

பஜ்ரங் தள் இதை எதிர்ப்பதற்கு ஒரு காரணம் இருக்கக்கூடும். இந்நூல் இந்தியப் புராணங்களுக்கே உரிய படைப்பூக்கத்துடன் சுவையான கதையின் வடிவில் உள்ளது. சிவபெருமான் பார்வதியுடன் காமம் குறித்துப் பேசிக்கொண்டிருக்கிறார். அதனை நந்திதேவர் யதேச்சையாகக் கேட்டுவிடுகிறார். சிவனின் பேச்சில் இருந்த அம்சங்கள் அவருக்கு வியப்பையும் பிரமிப்பையும் ஏற்படுத்துகின்றன. தான் பெற்ற இன்பத்தை இந்த வையகமும் பெற வேண்டும் என்று நந்திதேவர் சிவபெருமானின் பேச்சை ஓராயிரம் அத்தியாங்களாக எழுதுகிறார். இதுவே காமசூத்திரம் உருவானது குறித்த தொன்மக் கதை. காதல், பாலியல் கல்வி, வாழ்வியல் மதிப்பீடுகள் முதலிய பலவும் இந்த நூலில் உள்ளன.

காமம் என்பதை அசிங்கமான சங்கதியாகப் பார்ப்பதே பிற்போக்குத்தனம். இந்திய மரபு காமத்தை வெளிப்படையாக விவாதித்திருக்கிறது என்பது அந்த மரபு குறித்து நாம் பெருமை கொள்வதற்கான காரணங்களில் ஒன்று. நவீன அறிவியல் பார்வை காமத்தை ஓர் அறிவுத் துறையாக அணுகுவதைப் போன்றே வாத்யாயனரும் அணுகுகிறார். காமம் குறித்த முறையான அறிவை ஏற்படுத்துவதே இந்த நூலின் நோக்கம். 2000 ஆண்டுகளுக்கு முன்பு எழுதப்பட்ட இந்த நூல் நவீன அறிவியல் வெளிச்சத்திலும் தன்னுடைய வலுவை இழந்துவிடவில்லை என்பது இதன் பெருமைகளில் ஒன்று.

ஆனால், சிவபெருமான் காமத்தைப் பற்றிப் பேசினார் என்பது இந்துக்களைப் புண்படுத்துகிறது என்கிறது பஜ்ரங் தள். பெண்கள் வேலைக்குச் செல்வதும் பெண்கள் கல்வி கற்பதும் இஸ்லாத்திற்கு முரணானது என்று தாலிபான்கள் சொல்வதற்கும் இதற்கும் அடிப்படையில் எந்த வேறுபாடும் இல்லை. தாலிபான்களாவது அவர்களுடைய மத நூல்களில் உள்ள கட்டளைகளின்படி, அவற்றில் உள்ள மதிப்பீடுக்ளின் அடிப்படையில் பேசுகிறார்கள். பஜ்ரங் தள் காமசூத்திரம் இந்துக்களின் மனதைப் புண்படுத்துகிறது என்று சொல்வதற்கு இந்திய மரபில் எங்குமே ஆதாரம் இல்லை.

எது இந்துக்களைப் புண்படுத்தும், எது இந்துக்களைப் பெருமைப் படுத்தும் என்பதை வரையறுக்கும் உரிமையை பஜ்ரங் தள் எடுத்துக்கொண்டிருக்கிறது. மத நூல்களின் அடிப்படையில் பழமைவாதம் பேசும் தாலிபான்களின் போக்கைக் காட்டிலும் இது ஆபத்தானது.

அகமதாபாதில் நடந்ததை விதிவிலக்கான தனி நிகழ்வாக ஒதுக்கிவிட முடியாது. ஏனென்றால் பஜ்ரங் தள் என்பது தனி அமைப்பல்ல. அது ஆர்.எஸ்.எஸ்.ஸின் குடையின் கீழ் இருக்கும் பல்வேறு இந்து அமைப்புகளில் ஒன்று. இந்த நாட்டை ஆளும் பாஜகவுடன் அதற்குக் கொள்கை சார்ந்தும் அரசியல் நடவடிக்கைகள் சார்ந்தும் நெருங்கிய உறவு உண்டு. இன்று பஜ்ரங் தள் சொல்வது நாளை பாஜகவின் குரலாக வெளிப்படலாம் என்பதால் இதை அலட்சியப்படுத்திவிட முடியாது.

காஷ்மீர் முஸ்லிம்கள் உள்பட உலகம் முழுவதிலும் உள்ள முஸ்லிம்களுக்காகக் குரல் கொடுப்போம் என்று தாலிபான்கள் அண்மையில் அறிவித்தார்கள். இந்திய முஸ்லிம்களைப் பற்றி நீங்கள் கவலைப்பட வேண்டாம் என்று ஒன்றிய அரசின் சிறுபான்மைத் துறை அமைச்சர் முக்தர் அப்பாஸ் தாலிபான்களுக்குப் பொருத்தமான பதிலடி கொடுத்தார். 'இந்திய முஸ்லிம்களை விட்டுவிடுங்கள் என்று தாலிபான்களைக் கேட்டுக்கொள்கிறேன். இந்திய மசூதிகளில் துப்பாக்கி குண்டுகள், வெடிகுண்டுகளால் யாரும் கொல்லப்படுவது கிடையாது. மாணவிகள் பள்ளிக்குச் செல்வதை யாரும் தடுப்பதில்லை. அரசியல் சாசனத்தின் அடிப்படையில் மட்டுமே இந்தியாவில் ஆட்சி நடத்தப்படுகிறது' என்று முக்தர் அப்பாஸ் தெரிவித்துள்ளார்.

சரியான பதிலடி இது. ஆனால், இந்திய மரபுச் செல்வங்களில் ஒன்றான காமசூத்திரத்திற்கு எதிரான வன்முறைக் குரல் குஜராத் தலைநகரில் எழுந்தது குறித்து முக்தர் அப்பாஸோ இதர பாஜக தலைவர்களோ குரல் கொடுக்கவில்லை. தாலிபான் என்பது ஆப்கானிஸ்தானில் இயங்கும் அமைப்பாக இருக்கலாம். ஆனால், தாலிபானிசம் என்பது உலகம் முழுவதிலும் நிலவும் அடிப்படை வாதத்தின் அடையாளம். அதன் இந்திய முகமாக இந்துத்துவ அமைப்புகளின் ஒரு பிரிவினர் தொடர்ந்து செயல்பட்டு வருகிறார்கள். பத்மாவதி என்னும் படத்தை எடுத்ததற்காக அதன் இயக்குநர் சஞ்சய் லீலா பன்சாலியின் தலையைச் சீவ வேண்டும் என்றும் அதில் நாயகியாக நடித்த தீபிகா படுகோனின் மூக்கை

அறுக்க வேண்டும் என்றும் குரல் கொடுத்தவர்கள் இவர்கள். காதலர் தினத்தன்று அன்பைப் பரிமாறிக்கொள்பவர்களை அடித்து விரட்டியவர்கள் இவர்கள்.

இதுபோன்ற அதிரடி இந்துத்துவக் குரல்களைக் கண்டும் காணாமலும் இருப்பது இந்துத்துவ அமைப்புகளின் தலைமைக்குப் பழக்கம்தான். இந்த மௌனம் இதுபோன்ற செயல்கள் தொடர ஊக்குவிக்கிறது என்பதைத் தெரிந்துகொள்ள பெகாசஸ் உளவு மென்பொருள் எதுவும் தேவையில்லை.

காமசூத்திரத்தை எதிர்க்கும் பஜ்ரங் தள அமைப்பினர் நாளை கஜுராஹோவில் உள்ள காமச் சித்தரிப்புகள் கொண்ட அற்புதமான கலைப் படைப்புகளை உடைக்க வேண்டும் என்று கிளம்பலாம். கோயில்களில் உள்ள பாலியல் சித்தரிப்புகளைத் தகர்க்க வேண்டும் என்று கிளம்பலாம். ஆப்கானிஸ்தானில் புத்தர் சிலை தகர்த்து அழிக்கப்பட்டதுபோல இவர்களும் செயல்படலாம்.

அகமதாபாதில் நடந்திருப்பதை அரைவேக்காட்டுத்தனமான புரிதல் கொண்ட ஆர்வக்கோளாறு என்று ஒதுக்கிவிட முடியாது. ஏனென்றால் இவர்கள் பயன்படுத்தும் சொல்லாடல்கள் இந்த நாட்டை ஆளும் கட்சி பயன்படுத்தும் சொல்லாடல்கள். இதுபோலப் பல நிகழ்வுகள் நடந்தபோது மௌனமாக இருந்த இந்துத்துவ அமைப்புகளின் தலைமை இதைக் கண்டிக்க வேண்டும். புரியாத, அறியாத விஷயங்களைப் பற்றிப் பேசாதீர்கள் என்று சொல்ல வேண்டும். இல்லையேல் இவர்கள் இந்தியத் தாலிபான்களாக வளர்ச்சி பெறுவதைத் தடுக்க முடியாது.

•

[7]

சித்திரவதையிலிருந்து விசாரணைக் கைதிகளுக்கு விடுதலை உண்டா?

காவல் துறையினரால் மக்களுக்கு ஏற்படும் துன்பங்கள் தொடர்வது வருத்தமளிக்கிறது என்று உச்ச நீதிமன்ற தலைமை நீதிபதி என்.வி.ரமணா தெரிவித்துள்ளார். தேசியச் சட்ட சேவைகள் ஆணையத்தின் மூலம் பொதுமக்களின் சட்ட உதவிகளுக்கான மொபைல் செயலி நேற்று அறிமுகப்படுத்தப் பட்டது. இந்நிகழ்ச்சியில் தலைமை நீதிபதி காவல் நிலையங்களில் விசாரணைக் கைதிகள் நடத்தப்படும் விதம் குறித்த கவலையை வெளியிட்டார்.

'காவல் நிலையங்களில் மனித உரிமைகளுக்கு அச்சுறுத்தல் ஏற்படுவதும், மற்ற பிற துயரங்களை போலீசாரால் பொதுமக்கள் அனுபவிப்பதும் தொடர் பிரச்சினையாக இருந்து வருகிறது. இது குறித்து நாடு முழுவதும் போலீசாருக்கு விழிப்புணர்வு ஏற்படுத்தப்பட வேண்டும்' என்று அவர் பேசினார்.

தலைமை நீதிபதி சுட்டிக்காடிட்யுள்ள பிரச்சினை மிகவும் முக்கியமானது. தேசிய மனித உரிமைகள் கமிஷன் அளித்துள்ள தகவல்களின்படி 2021அம் ஆண்டின் முதல் ஐந்து மாதங்களில் 1,067 பேர் காவலில் மரணமடைந்துள்ளார்கள். 2010 முதல் 2020 மார்ச் வரையிலான பத்தாண்டுகளில் குறைந்தது 17,146 பேர் நீதிமன்றக் காவலிலும் காவல் நிலையக் காவலிலும் மரணமடைந்திருக் கிறார்கள் எனத் தெரியவருகிறது.

காவல் நிலையக் காவலில் ஏற்படும் மரணங்களில் 63 விழுக்காடு கைதுசெய்யப்பட்ட 24 மணிநேரத்திற்குள் நடப்பதாகச் சித்திர வதைக்கு எதிரான தேசிய இயக்கம் (National Campaign Against Torture - NCAT) வெளியிட்டுள்ள அறிக்கை கூறுகிறது. ஒருவரைக் கைது செய்த 24 மணிநேரத்திற்குள் அவரை மாஜிஸ்திரேட்டின் முன்பு ஆஜர்ப்படுத்த வேண்டும் என்று சட்டம் கூறுகிறது. ஆனால், கைது செய்யப்பட்டவர் அதே 24 மணி நேரத்திற்குள் மரணமடைந்துவிடுகிறார் என்றால் காவல் நிலைய விசாரணையை நாம் எப்படிப் புரிந்துகொள்வது என்னும் கேள்வி எழுகிறது.

ஊடகங்கள் இதுபற்றிப் பலமுறை எழுதிவிட்டன. திரைப்படங்கள் இவற்றைக் குறித்து அழுத்தமான முறையில் பேசியிருக்கின்றன. இயக்குநர் வெற்றி மாறனின் விசாரணை திரைப்படம் காவல் நிலையச் சித்திரவதைகளை நுணுக்கமாகவும் விரிவாகவும் கையாண்டது. திரைப்படங்கள் இந்தப் பிரச்சினையைக் கையாள்வது புதிதல்ல என்றாலும் இத்தகைய சித்திரவதைகளுக்குப் பின்னால் உள்ள நிர்ப்பந்தங்கள், நெருக்கடிகள் ஆகியவற்றை விசாரணை படம் வெளிக்கொண்டுவந்தது.

எடுத்துக்காட்டாக, குறிப்பிட்ட சில குற்றங்களில் யாரையேனும் கைதுசெய்து நீதிமன்றத்தில் நிறுத்தியாக வேண்டிய நெருக்கடிக்குள் காவல் துறை அதிகாரிகள் சிக்கிக்கொள்கிறார்கள். குறிப்பாக, பெரிய பணக்காரர்கள், சமூகத்தில் பெரிய அந்தஸ்து கொண்டவர்கள், உயர் அதிகாரிகள் முதலானோரின் இல்லங்களில் குற்றம் நடந்தால் இத்தகைய நெருக்கடி எழுகிறது. இந்த நெருக்கடியில் சிக்கும் காவலர்கள் குற்றம் இழைத்தவர்களைப் பிடிக்க முடியாதபோது, கையில் கிடைத்தவர்களைப் பிடித்து அந்தக் குற்றத்தை ஒப்புக்கொள்ளச் செய்வதற்காக அவர்களை நிர்ப்பந்திப்பதாக விசாரணை படத்தின் காட்சிகள் அமைந்திருந்தன.

காவலர்கள் செலுத்தும் இந்த நிர்ப்பந்தம் எந்த அளவுக்கு மனிதாபிமானம் அற்ற, மனித உரிமைகளுக்கு எதிரான நடவடிக்கையாக இருக்கும் என்பதையும் அப்படம் காட்சிப்படுத்தியிருந்தது.

விசாரணை போன்ற சில படங்கள் இந்தப் பிரச்சினையைத் துல்லியமாகச் சித்தரித்திருந்தபோதிலும், வேறு சில படங்கள் காவலில் இருக்கும் கைதிகளை அடிப்பதை நியாயப்படுத்தும் வகையிலும் அமைந்துள்ளன. குறிப்பாக, கதாநாயகன் காவல்

துறை அதிகாரியாக இருக்கும்போது இத்தகைய ‘விசாரணை’கள் நாயகனின் தார்மிக நடவடிக்கையாக மாறிவிடுகிறது.

விசாரணைக் கைதிகளை உடல் ரீதியாகத் துன்புறுத்துவது சட்டப்படி தவறு என்பது அனைவருக்கும் தெரியும். ஆனால், இது தொடர்ந்து நடந்துகொண்டுதான் இருக்கிறது. கடந்த ஆண்டு தமிழ்நாட்டில் ஜெயராஜூம் பென்னிக்ஸூம் காவல் நிலைய வன்முறையால் மரணமடைந்ததை யாரும் மறந்திருக்க முடியாது.

இந்தச் சூழ்நிலையில் உச்ச நீதிமன்ற நீதிபதியின் கருத்து மீண்டும் இது குறித்து தேசிய அளவிலான கவனத்தை ஈர்த்திருக்கிறது. காவலில் இருக்கும் கைதிகளின் மனித உரிமைகள் காப்பாற்றப் படுவதையும் அவர்களுடைய உடல்கள் துன்புறுத்தப்படாமல் தடுப்பதையும் நீதிமன்றங்கள் உறுதிசெய்ய வேண்டும் என்றும் நீதிபதி கேட்டுக்கொண்டிருப்பது முக்கியத்துவம் வாய்ந்தது.

விசாரணைக் கைதிகள் மீதான சித்திரவதைகள் புதிதல்ல. இதற்கு எதிரான சட்டமும் புதிதல்ல. ஆனால், இந்தச் சட்டம் நடைமுறைப் படுத்தப்படுவதில்லை என்பதுதான் யதார்த்தம். விசாரணைக் கைதிகளின் மரணங்கள் இந்த அளவுக்குப் பதிவான பிறகும் மத்திய, மாநில அரசுகள் இதைத் தடுக்க உருப்படியான எந்த நடவடிக்கையும் எடுக்கவில்லை. தற்போது உச்ச நீதிமன்றத் தலைமை நீதிபதியின் குரல் உரக்க ஒலித்திருக்கிறது. இதற்குச் செவிமடுத்து அரசுகள் செயலில் இறங்குமா?

வரும் ஆகஸ்ட் 15 அன்று விடுதலைத் திருநாளன்று பிரதமரும் மாநில முதல்வர்களும் தேசியக் கொடியை ஏற்றி உரையாற்று வார்கள். விசாரணைக் கைதிகளுக்குச் சித்திரவதைகளிலிருந்து விடுதலை தருவதற்கான நடவடிக்கையை இந்த உரையின்போது அறிவிப்பாக அவர்கள் வெளியிடுவார்களா? அப்படிச் செய்தால் அது உலகின் மாபெரும் ஜனநாயக நாட்டின் 125ஆவது சுதந்திர தினக் கொண்டாட்டத்திற்குப் பொருத்தமாக அமையும்.

•

[8]

சர்ச்சைப் பேச்சுக்குள் ஒளிந்திருக்கும் ஆபத்து

திமுக அரசின் செயல்பாடுகள் பல முனைகளிலிருந்தும் பாராட்டுக்களைப் பெற்றுவரும் நிலையில் அதன் அமைச்சர்கள் சிலர் பேசும் பேச்சுக்கள் சர்ச்சைகளை ஏற்படுத்துவதுடன் ஆட்சிக்குக் கெட்ட பெயரையும் கொண்டுவருகின்றன. சர்ச்சைகள், கெட்ட பெயர்களையெல்லாம் தாண்டி, இந்தப் பேச்சுக்கள் சிலரை ஆழமாகக் காயப்படுத்துவதும் இந்தப் பேச்சுக்களுக்குப் பின்னால் இருக்கும் மனப்போக்கும்தான் இதிலுள்ள முக்கியமான பிரச்சினைகள்.

மிக மூத்த தலைவர்களில் ஒருவரான துரைமுருகனின் பேச்சு வியப்பையும் அதிர்ச்சியையும் அளிக்கிறது. பெண்களுக்கான இலவசப் பேருந்துப் பயணம் திமுகவின் தற்போதைய ஆட்சியில் கொண்டுவரப்பட்ட திட்டங்களில் ஒன்று. பரவலான பாராட்டைப் பெற்ற திட்டம் இது. எனினும், சென்னையில் இலவசப் பயணம் மேற்கொள்ளும் பெண்களிடம் பல இடங்களில் ஊழியர்கள் அவமரியாதையாக நடந்துகொள்வது பற்றி புகார்கள் எழுந்தன.

இத்தகைய நடத்தை ஆட்சிக்குக் கெட்ட பெயரை ஏற்படுத்துகிறது என ஊழியர் கூட்டத்தில் கட்சிக்காரர்கள் கூற, அதற்கு பதிலளித்த அமைச்சர் துரைமுருகன், அப்படி விதியை மீறிச் செயல்படும் ஊழியர்களை அடியுங்கள் பார்த்துக்கொள்ளலாம்; வேலையை விட்டும் தூக்கிவிடலாம் என்றார்.

அவர் பேசிய காணொலி காட்டுத் தீயாய்ப் பரவ, தமிழ்நாடு முழுவதும் அரசுப் பேருந்து ஊழியர்கள் ஆங்காங்கே போராட்டங்களில் இறங்கினர். திமுகவின் தொழிற்சங்கத்தைச் சேர்ந்த ஊழியர்களும் சில இடங்களில் இந்தப் போராட்டங்களில் கலந்துகொண்டனர்.

துரைமுருகனுக்குத் தான் சளைத்தவர் இல்லை என்பதை நிரூபிப்பதுபோல நகராட்சி நிர்வாகத் துறை அமைச்சர் கே.என். நேரு முத்து உதிர்த்திருக்கிறார். இவர் குறிவைத்திருப்பது வேறு மாநிலத்தவர்களை.

ஜூலை 24 அன்று திருச்சியில், மாவட்ட திமுக அலுவலகத்தில் 'திசை காட்டும் திருச்சி' என்ற வேலைவாய்ப்பு முகாம் நடை பெற்றது. அதைத் தொடங்கிவைத்துப் பேசியபோது பிகார் மாநிலத்தவர்களை வம்புக்கு இழுத்தார் நேரு. 'திருச்சி பொன்மலை ரயில்வே பணிமனையில் நான்காயிரத்துக்கும் மேற்பட்ட பிகார்காரர்கள் வேலைசெய்கிறார்கள். தமிழ்நாடு முழுவதும் ரயில்வே கேட் கீப்பராகவும் இருக்கிறார்கள். பிகார்காரர்களுக்கு அவ்வளவு மூளை இல்லை. அப்போதைய ரயில்வே அமைச்சர் லாலு பிரசாத் யாதவ்தான் அவருடைய ஊர்க்காரர்களை எல்லாம், பிட் அடித்து பாசாக்கி, ரயில்வேயில் வேலைக்குச் சேர்த்து விட்டார்' என்று பேசினார்.

பிகார்க்காரர்களோ உத்தரப் பிரதேசத்துக்காரர்களோ பஞ்சாபியர் களோ தமிழர்களோ யாராக இருந்தாலும் அவர்களுக்கு இந்தியா முழுவதும் வேலை செய்யச் சட்டபூர்வமாக உரிமை இருக்கிறது. அந்தந்த மாநிலத்து வேலைவாய்ப்புகளில் அந்த மாநிலத்தவருக்கு முன்னுரிமை தர வேண்டும் என்பது முக்கியமானதொரு அரசியல் - சமூகப் பிரச்சினை. தமிழ்நாடு உள்ளிட்ட பல மாநிலங்களும் எதிர்கொள்ளும் பிரச்சினை இது. அதைப் பேச வேண்டிய தளமும் விதமும் வேறு. குறிப்பிட்ட மாநிலத்தவரைச் சுட்டி ஒட்டு மொத்தமாக அவர்களை மட்டம்தட்டிப் பேசுவது ஆட்சேபத்துக் குரியது மட்டுமல்ல, இனவாதத் தன்மை கொண்டது.

மொழி, மதம், சாதி, பாலினம் முதலானவற்றின் அடிப்படையில் தனி நபரையோ மக்கள் கூட்டத்தினரையோ இழிவுபடுத்திப் பேசுவது அரசியல் சட்டப்படி மட்டுமல்ல, மானுட நாகரிகத்தின் அடிப்படையிலும் தவறானது. இனவாதத்திற்கொப்பான இந்தப் பேச்சைத் திமுக தலைமை கண்டிக்க வேண்டும். இதேபோன்ற பேச்சு பிற மாநிலங்களில் எழுந்தால் அதன் விளைவு என்ன ஆகும் என்பதை நினைத்துப் பார்க்க வேண்டும்.

திராவிடத்தின் தொன்மை, தமிழின் பெருமை என்றெல்லாம் பேசும்போது அது எந்த விதத்திலும் இந்தியாவில் உள்ள பிற தேசிய இனங்களுக்கோ பிற மொழியினருக்கோ எதிரானது அல்ல என்பதை அண்ணா பல முறை தெளிவுபடுத்தியிருக்கிறார். பிறரையும் மதிக்கும் உரிமைக் குரலுக்குத்தான் தார்மிக வலிமை இருக்கும் என்பதை உரிமைக்குக் குரல் கொடுப்பவர்கள் புரிந்துகொள்ள வேண்டும்.

காற்றில் பறந்த பகுத்தறிவு

பால்வளத் துறை அமைச்சர் நாசர் வேறு விதத்தில் சர்ச்சையைக் கிளப்பினார். திருவள்ளூர் மாவட்டம், மணவாள நகர் எனும் பகுதியில், அற்புத ஜெபகோபுரம் ஏ.ஜி. தேவாலயத்தின் 40ஆம் ஆண்டு தொடக்க விழாவில் பங்கேற்றபோது 'கிறிஸ்துவர்களின் வலிமையான ஜெபத்தால்தான், தமிழ்நாட்டில் ஆட்சி மாற்றம் ஏற்பட்டுள்ளது. கிறித்தவ மக்களின் ஜெபம் அவ்வளவு வலிமையானது. திமுக ஆட்சிக்கு வந்ததில் மிக முக்கிய காரணம், கிறிஸ்துவர்களின் ஜெபம்தான்' என்றார்.

மாவட்ட அளவில் பிற மத அமைப்புகளைச் சேர்ந்தவர்களும் முன்னணி செய்தித்தாள் ஒன்றும் இதைப் பிரச்சினையாக ஆக்கின. எதிர்ப்பு எழுந்த பிறகு அதற்கு அமைச்சர் கொடுத்த விளக்கம் அதைவிட மோசமாக இருந்தது.

'எந்த நிகழ்ச்சிக்குச் செல்கிறோமோ, அந்த இடத்தில் கூடியிருக்கும் மக்கள் சந்தோஷப்படும்படி பேசுவது வழக்கம்தான். அந்த அடிப்படையில், கூடியிருந்த கிறிஸ்துவர்களின் சந்தோஷத்துக்காக சில விஷயங்களைப் பேசினேன். திட்டமிட்டு இதைப் பேசவில்லை' என்றார் அமைச்சர்.

பகுத்தறிவு சார்ந்த அணுகுமுறையைத் தன் அரசியல் அடித்தளமாகவே கொண்ட ஒரு கட்சியின் அமைச்சர் கைத்தட்டல் வாங்குவதற்காக இப்படிப் பேசுவார் என்றால் கட்சியின் கொள்கை சார்ந்த அவருடைய புரிதலும் பற்றுறுதியும் எந்த அளவுக்கு இருக்கும் என்னும் கேள்வி எழுகிறது. கிறிஸ்தவர்கள் மத்தியில் அப்படிப் பேசும் அமைச்சர் இந்துக்கள் மத்தியில் அவர்களுடைய பிரார்த்தனையால்தான் ஆட்சிக்கு வந்தோம் என்று பேசுவாரா என்று கேள்வி எழவும் இந்தப் பேச்சு காரணமாக அமைகிறது. மதச்சார் பின்மைக்கு ஆதரவான உறுதியான கொள்கை கொண்ட கட்சிகளில் ஒன்றான திமுகவிடமிருந்து இதை யாரும் எதிர்பார்த்திருக்க முடியாது.

கொரோனா தொற்றைக் கட்டுப்படுத்தும் நடவடிக்கைகள், மருத்துவப் பராமரிப்புப் பணிகள், பொருளாதாரத் திட்டங்கள், நிர்வாகத்தில் முனைப்பு எனப் பல முனைகளிலும் திமுக அரசு நற்பெயரைப் பெற்றுவரும் நிலையில் இத்தகைய பேச்சுக்கள் கட்சிக்கோ ஆட்சிக்கோ எந்த விதத்திலும் நன்மை செய்யாது. பலரையும் அரவணைத்துச் செல்லும் அணுகுமுறையை முதல்வர் ஸ்டாலின் வெளிப்படுத்துகிறார். அமைச்சர்கள் சிலர் அதற்கு எதிர்த் திசையில் செல்வதாகத் தோன்றுகிறது.

வெறும் பேச்சு அல்ல

நாக்கொழுப்பு, கட்சிக்குக் கெட்ட பெயர் ஆகியவை ஒருபுறம் இருக்க, மக்களில் ஒரு பிரிவினரைப் புண்படுத்தும் தன்மையும் இந்தப் பேச்சுக்களில் இருக்கின்றன. அவசியமான விமர்சனங்களை முன்வைக்கும்போதும் அதற்கு இலக்காகிறவர்கள் புண்படத்தான் செய்வார்கள். கொள்கை சார்ந்த, நியாயத்தின்பாற்பட்ட விமர்சனங்களை முறையான விதத்தில் முன்வைக்கும்போது அந்த விமர்சனங்கள் பிறரைக் காயப்படுத்துமே என்று பார்க்க முடியாது. தீண்டாமை, பாரபட்சமான அணுகுமுறை, வன்முறைப் போக்கு, ஆதிக்க உணர்வு முதலானவற்றை விமர்சிக்கும்போது சம்பந்தப் பட்டவர்கள் புண்படுவார்களே என்று யோசிப்பதில் பொருள் இல்லை. ஆனால், பேருந்துப் பணியாளர்களை அடியுங்கள், பிகார்க்காரர்களுக்கு மூளை இல்லை என்றெல்லாம் பேசுவது இந்த ரகத்தில் சேராது.

பேச்சில் இத்தகைய அத்துமீறல்கள் என்பது வெறுமனே கவனப் பிசகு அல்லது அதிகாரம் தரும் மமதை என்பதையெல்லாம் தாண்டியது. குறிப்பாக பிகார் மாநிலத்தவர்கள் குறித்த பேச்சு மிகத் தெளிவாகவே பேசுபவரின் மனப்போக்கை, பிறர் மீதான அணுகுமுறையைச் சுட்டுகிறது. போக்குவரத்து ஊழியர்களை அடியுங்கள் என்று சொல்வது மேட்டிமைத்தனத்தின், சகிப் பின்மையின் வெளிப்பாடுதான். இத்தகைய மனப்பாங்குகள்தாம் இந்தச் சொற்களைக் காட்டிலும் ஆபத்தானவை. இத்தகைய ஆபத்தைத் தம் ஆளுமையின் ஒரு பகுதியாகக் கொண்டவர்கள் நமது ஆட்சியாளர்கள் என்பதுதான் கண்ணுக்குத் தெரியாத பெரிய ஆபத்து.

•

[9]

காவல் துறை விசாரணைகளும் மீறப்படும் உரிமைகளும்

நிர்வாகச் செயல்பாடுகள் அனைத்திற்கும் சட்டமும் நிர்வாக நடைமுறைகளும் ஏராளமாக உள்ளன. அரசுத் துறைகள், காவல் துறை, நீதிமன்றம் என எதுவும் இதில் விதிவிலக்கு அல்ல. ஆனால், நடைமுறையில் இவை சரியாகவும் சீராகவும் பயன்படுத்தப் படுகின்றனவா என்பது பெரிய கேள்விக்குறியாகவே நிற்கிறது.

காவல் துறையில் யாரேனும் புகார் அளித்தால் அந்தப் புகாரோடு தொடர்புடையவர்களையும் சாட்சிகளையும் அழைத்து விசாரிக்கும் உரிமை காவலர்களுக்கு உள்ளது. இத்தகைய சூழ்நிலைகளில் காவலர்கள் புகாரோடு தொடர்புடையவர்களைக் காவல் நிலையத்திற்கு வரச் சொல்லி விசாரிப்பார்கள் (சிலரை அவர்கள் இருக்கும் இடங்களிலேயே விசாரிப்பதுண்டு). விசாரணைக்காக இப்படி அழைக்கப்படுபவர்கள் காவலர்கள் அழைக்கும்போது போக வேண்டும். இது அந்த நபர்களுக்கு ஒத்துவராத நேரமாக இருந்தாலும் காவலர்கள் அழைத்தால் போயாக வேண்டும் என்னும் நிலை.

இவ்விஷயத்தில் சென்னை உயர் நீதிமன்றத்தின் மதுரை கிளை அண்மையில் முக்கியமான உத்தரவைப் பிறப்பித்துள்ளது. புகாரோடு தொடர்புடையவர்களையும் சாட்சிகளையும் விசாரிப்பதற்கு முன்பாக அவர்களுக்குத் தேதி, நேரம் குறிப்பிடப்பட்ட எழுத்துபூர்வமான அழைப்பாணையைக்

கொடுக்க வேண்டும் என்று உத்தரவிட்டிருக்கிறது. தனிநபர் உரிமை என்னும் கண்ணோட்டத்தில் இது மிக முக்கியமானது.

விசாரணைக்கான அழைப்பாணையில் புகார் எண், அளிக்கப்பட்ட தேதி, புகார்தாரரின் பெயர் ஆகிய விவரங்கள் குறிப்பிடப்பட்டிருக்க வேண்டும் என்றும் விசாரணையின் பெயரில் அழைக்கப் பட்டவர்களைத் துன்புறுத்துவதைத் தவிர்க்க வேண்டும் என்றும் உயர் நீதிமன்ற அமர்வின் நீதிபதி ஏ.டி.ஜெகதீஷ் சந்திரா அறிவுறுத்தியுள்ளார். 'ஒரு சின்ன என்கொயரி, ஸ்டேஷன் வரைக்கும் வந்துட்டுப் போங்க' என்று எந்த விவரமும் சொல்லாமல் யாரையும் அழைக்க முடியாது என்னும் நிலையை இது ஏற்படுத்துகிறது.

அது மட்டுமல்ல. 2013இல் லலிதகுமாரி வழக்கில் உச்ச நீதிமன்றம் பிறப்பித்த உத்தரவுகளைக் காவல் துறை விசாரணைகளின்போது தீவிரமாகப் பின்பற்ற வேண்டும் என்றும் ஏ.டி.ஜெகதீஷ் சந்திரா வலியுறுத்தியுள்ளார். லலிதகுமாரி வழக்கில் உச்ச நீதிமன்றம் அளித்த வழிகாட்டு நெறிமுறைகளின்படி, குற்றம்சாட்டப் பட்டவர், புகார்தாரர் இருவரது உரிமைகளையும் உறுதிப்படுத்தும் வகையில், முதல் கட்ட விசாரணைக்குக் கால வரம்பு நிர்ணயிக்கப்பட வேண்டும். அந்த வரம்பு ஒரு வார காலத்திற்கு மேல் இருக்கக் கூடாது. முதல் கட்ட விசாரணை தாமதமானால், அதற்கான காரணங்கள் என்ன என்பதைக் காவல் நிலைய தினசரி பொதுக் குறிப்பேட்டில் பதிவுசெய்யப்பட வேண்டும்.

அந்தத் தீர்ப்பு மேலும் பல அம்சங்களைக் கவனத்தில் எடுத்துக் கொண்டு வழிகாட்டு நெறிகளை வழங்கியது. பிடியாணையின்றிக் கைதுசெய்யக்கூடிய குற்றங்களைப் பொறுத்தவரையில், முதல் தகவல் அறிக்கை பதிவுசெய்வதா, இல்லை முதல் கட்ட விசாரணை நடத்துவதா என்று முடிவெடுப்பது தொடங்கி, முதல் கட்ட விசாரணைகளைக் குறித்த அனைத்து விவரங்களும் காவல் நிலையக் குறிப்பேடுகளில் பதிவுசெய்யப்பட வேண்டும் என்று அந்த உத்தரவிட்டது.

எழுத்துபூர்வமான பதிவுகள், அழைப்பாணைகள் ஆகியவை மிகவும் முக்கியத்துவம் வாய்ந்தவை. எழுத்துபூர்வமான பதிவுகள் இருந்தால் அந்தப் பதிவை உருவாக்கியவர்கள் அதற்குப் பொறுப்பேற்க வேண்டும். மனம் போன போக்கில் யாரையும் எப்போதும் அழைப்பதோ விசாரிப்பதோ அவற்றின் விவரங்களைப் பதிவுசெய்யாமல் தவிர்ப்பதோ தனிநபர்

உரிமைகளை மீறுவதாகும். விசாரணைகளின் விவரங்கள் பதிவாகும்போது விசாரணை முறைகளும் ஓர் ஒழுங்கிற்கு வரும்.

அதுபோலவே அழைப்பாணைகளின் பேரிலேயே விசாரணைக்கு அழைக்க வேண்டும் என்பதும் தனிநபர்களின் உரிமையைப் பாதுகாக்கக்கூடியது. ஒரு வழக்கு தொடர்பாகக் காவல் துறையினர் மேற்கொள்ளும் எந்த நடவடிக்கையும் முறைசாரா நடவடிக்கையாக, வாய்மொழி உத்தரவாக இருப்பது சரியல்ல. உரிய அழைப்பாணை என்று சொல்லும்போது அதற்குப் பின்னால் உரிய செயல்முறைகள் பின்பற்றப்பட்டிருக்கும். இவற்றைப் பின்பற்றுவதால் சாமானிய மக்களின் உரிமைகள் உறுதிப்படுத்தப்படும்.

சில நாட்களுக்கு முன்பு கேரள உயர் நீதிமன்றம் பிறப்பித்த உத்தரவும் இந்தப் பின்னணியில் முக்கியமானது. காவல் துறையினர் பொதுமக்களிடம் மரியாதைக் குறைவான வார்த்தைகளைப் பயன்படுத்தக் கூடாது என்று நீதிமன்றம் குறிப்பிட்டது. இது குறித்துச் சுற்றறிக்கை பிறப்பிக்குமாறு காவல் துறை இயக்குநருக்கு அறிவுறுத்தியுள்ளது.

இந்தியாவில் காவல் துறை செயல்படும் விதமே இது போன்ற உத்தரவுகளுக்கான தேவையை ஏற்படுத்துகின்றன. விசாரணைக்காக அழைக்கும்போது அப்படி அழைக்கப்படுபவரின் சவுகரியங்களோ சூழலோ பெரும்பாலும் கணக்கில் எடுத்துக் கொள்ளப்படுவதில்லை. சற்றே வசதி படைத்த அல்லது அதிகாரம் மிக்க நிலையில் இருப்பவர்கள் என்றால் அவர்களைக் காவல் துறையினர் நடத்தும் விதம் மரியாதையாக இருக்கும். எப்போது விசாரணைக்கு வருவது என்பது குறித்த அவர்களுடைய கருத்துக்கு ஓரளவேனும் மரியாதை இருக்கும். பொருளாதார ரீதியான வலிமையோ சமூக அந்தஸ்தோ முக்கியத்துவம் வாய்ந்த இதர பின்புலங்களோ இல்லாதவர்கள் காவல் துறையினரிடம் தங்கள் விருப்பங்களையோ தேர்வுகளையோ சொல்லவே முடியாது.

எடுத்துக்காட்டாக, வங்கியிலோ பெரிய நிறுவனம் ஒன்றிலோ ஓரளவு பெரிய பதவியில் இருப்பவரைக் காவல் துறையினரால் உடனடியாக விசாரணைக்கு வாருங்கள் என்று அழைத்துவிட முடியாது. கட்சி, சாதி, தொழிற்சங்கம் முதலான பின்புல ஆதரவு கொண்டவர்களையும் நினைத்தபடி வரவழைத்துவிட முடியாது. பெரும் முதலாளிகள், பணக்காரர்களைப் பற்றியெல்லாம் சொல்லவே வேண்டாம். ஆனால், வாகனங்கள் பழுதுபார்க்கும்

கடையில் வேலை செய்யும் ஒருவரைக் காவல் துறையினர் விசாரணைக்கு அழைத்தால் அவர் மாலையில் வருகிறேன் என்று சொல்லிவிட முடியாது. இதுபோன்ற பணிகளில் இருப்பவர்கள், இத்தகைய வேலைகள்கூட இல்லாதவர்கள், சமுதாயத்தில் எந்தப் பின்புல வலிமையும் அமைப்பு சார்ந்த ஆதரவும் இன்றி உதிரிகளாக வாழ்பவர்கள் ஆகியோருக்கும் இதே நிலைமைதான்.

காவல் துறைக் கெடுபிடிகள், விரும்பத்தகாத அதன் நடைமுறைகள் ஆகியவை எப்போதும் சமுதாயத்தில் கீழ்த் தட்டுக்களில் இருப்பவர்களையே அதிகம் பாதிக்கின்றன. அன்றாடம் இதுபோல எத்தனையோ பேர் அவதிக்குள்ளாவதைப் பார்த்துவருகிறோம். சாட்சிகள், வழக்கோடு ஏதேனும் ஒரு வகையில் தொடர்புடையோர் ஆகியோர் விஷயத்தில் மட்டுமின்றிக் குற்றம் சாட்டப்படுபவர்கள் விஷயத்திலும் இதுவே நடக்கிறது. இரண்டு மாதங்களுக்கு முன்பு காவல் துறையினரின் வன்முறைக்கு முருகேசன் என்னும் விவசாயி பலியானது தமிழ்நாடு முழுவதும் அதிர்ச்சியை ஏற்படுத்தியது. தென்காசி மாவட்டத்தில் ஃபிரான்சிஸ் அந்தோணி என்ற மாற்றுத் திறனாளியை செங்கோட்டை போலீஸார் கொடூரமாகத் தாக்கிய விவகாரமும் அதே அளவுக்கு அதிர்ச்சியை ஏற்படுத்தியது.

முறைசாரா அழைப்புகள், முறைசாரா விசாரணைகள், பதிவுகள் அற்ற விசாரணைகள் ஆகியவற்றைத் தவிர்க்கும்போது இதுபோன்ற உரிமை மீறல்களும் அத்துமீறல்களும் குறைய வாய்ப்பு இருக்கிறது. விசாரணைக்கு அழைக்கப்படும் நபரின் சமூகப் பின்புலத்தைப் பொருத்துக் காவல் துறையினர் அவரை நடத்தும் விதமும் மாற வேண்டும். இது குறித்தும் நீதிமன்றங்கள் தெளிவான வழிகாட்டு நெறிகளையும் உத்தரவுகளையும் பிறப்பிக்க வேண்டும். இல்லையேல் சட்டம் அனைவருக்கும் சமம் என்பது ஏட்டளவில் மட்டுமே இருக்கும்.

•

[10]

பாலியல் அத்துமீறல்: அடங்க மறு!

அண்மையில் பல்வேறு செய்திகளுக்கிடையில் வேகமாகக் கடந்து சென்றுவிட்ட இந்தச் செய்தி பல விதங்களில் முக்கியத்துவம் வாய்ந்தது. 'பாலியல் வழக்கில் பேராசிரியருக்கு 55 ஆண்டு சிறை' என்னும் தலைப்பில் வந்த இந்தச் செய்தி வழக்கமான கிரைம் செய்திகளில் ஒன்றல்ல. அதற்குக் காரணம் ஆழமானது. இதன் முக்கியத்துவத்தைப் பார்ப்பதற்கு முன்பு செய்தியைச் சுருக்கமாகப் பார்த்துவிடுவோம்.

கரூர் அரசு கலை அறிவியல் கல்லூரியில் பொருளியல் துறைத் தலைவராகப் பணியாற்றிவந்தவர், பேராசிரியர் இளங்கோவன். 52 வயதான இவர் மாணவிகளிடம் பாலினச் சீண்டலில் ஈடுபட்டதாக மாணவிகள் பலரும் குற்றம்சாட்டினார்கள். சாதியைச் சொல்லி அவமானப்படுத்தியதாகவும் பல முறை இவர் மீது புகார்கள் கூறப்பட்டன. இவ்வளவு புகார்களுக்குப் பிறகும் இவர் மீது நடவடிக்கையும் எடுக்கப்படவில்லை, இவருடைய நடவடிக்கைகளும் நிற்கவில்லை.

எனினும், 2019ஆம் ஆண்டு மார்ச் 26ஆம் தேதி இவர் செயல்பாடு அத்துமீறவே, இவர் கைதுசெய்யப்பட்டுச் சிறையில் அடைக்கப் பட்டார். இவருக்குப் பிணை அளிக்கக் கூடாது என பாதிக்கப்பட்ட மாணவிகள் நீதிமன்றத்தில் திரண்டு எதிர்ப்பு தெரிவித்தனர். ஆனால் 90 நாள்களுக்குள் குற்றப்பத்திரிகை தாக்கல்செய்யாததால் அவர் பிணையில் வெளியேவந்தார்.

இரண்டு ஆண்டுகளாக நடத்தப்பட்டுவந்த இந்த வழக்கில், நேற்று மாவட்ட நீதிமன்றம் தீர்ப்பளித்தது. அதில், இளங்கோவனுக்கு 53 ஆண்டுகள் சிறைத்தண்டனையும் 51ஆயிரம் ரூபாய் அபராதமும் விதிக்கப்பட்டது. பாதிக்கப்பட்ட மாணவிகளுக்குத் தலா ஒரு லட்சம் ரூபாய் இழப்பீடும் அளிக்க நீதிமன்றம் உத்தரவிட்டது.

இந்த வழக்கும் உத்தரவும் பல முக்கியமான செய்திகளைச் சொல்கின்றன. மேற்படி பேராசிரியர் மேல் முறையீடு செய்து தண்டனையைக் குறைத்துக்கொள்ளலாம், சட்டத்தின் இண்டு இடுக்குகளில் புகுந்து முழுமையாக விடுதலைகூட ஆகிவிடலாம். என்றாலும் இந்த வழக்கும் தீர்ப்பும் தன்னளவில் முக்கியமானவை.

பெண்களுக்கு எதிரான பாலியல் சீண்டல்கள் சகல இடங்களிலும் நீக்கமற நிறைந்திருக்கிறது. அதிகாரப் பீடங்களில் அமர்ந்திருக்கும் ஆண்கள் தங்கள் அதிகாரத்தைப் பயன்படுத்திப் பெண்களைத் தங்கள் இச்சைக்குப் பயன்படுத்திக்கொள்ள முனையும் போக்கு பரவலாக இருக்கிறது. இத்தகைய முயற்சிகளில் பெரும் பாலானவை பாலுறவு என்னும் எல்லையை அடையாமல் போகலாம். ஆனால், இந்த முயற்சிகளின் எல்லாக் கட்டங்களிலும் பெண்ணுக்கு ஏற்படும் சங்கடங்களும் அவமானங்களும் வேதனையும் ஆண்களால் ஒருபோதும் முழுமையாகப் புரிந்து கொள்ள முடியாதவை.

அத்துமீறல்களில் பிரதானமாக இரண்டு வகைகள் உள்ளன. ஒன்று நேரடியான வன்முறை. பெண்கள் தனியாக இருக்கும் இடங்களிலோ அல்லது பெண்களைக் கடத்திச் சென்றோ ஆண்(கள்) மேற்கொள்ளும் பாலியல் வன்புணர்ச்சி ஒரு வகை. இன்னொன்று வீடுகள், அலுவலகங்கள், கல்வி நிலையங்கள், அரசியல் அமைப்புகள், பொது இடங்கள் முதலானவற்றில் நாசூக்கான முறையில் நிகழ்த்தப்படும் பலியல் அத்துமீறல்கள்.

இரண்டாவது வகையில் பெரும்பாலானவை சின்னச் சின்ன சீண்டல்கள், மறைமுக / நேரடி வற்புறுத்தல்கள் என்னும் எல்லையைத் தாண்டாமல் நின்றுவிடவும் கூடும். ஆனால், இந்த வற்புறுத்தல்களுக்கு இணங்க மறுக்கும் பெண்கள் அதற்கான விலையைக் கொடுக்க வேண்டியிருக்கும். அவர்களுக்கான தொல்லையும் சிக்கல்களும் வேறு உருவில் வரும்.

கல்வி நிலையங்கள், அலுவலகங்கள், அரசியல் கட்சிகள், திரைத் துறை ஆகியவற்றில் ஆசிரியர்கள், மேலதிகாரிகள், அதிகாரமுள்ள

இடங்களில் இருப்போர் ஆகியோரிடமிருந்து வரும் பாலியல் அத்துமீறலுக்கான முனைப்புகள் எதிர்கொள்வதற்குக் கடின மானவை. காரணம் இந்த அத்துமீறல்களை எதிர்ப்பவர்கள் நீண்ட போராட்டத்திற்குத் தயாராக இருக்க வேண்டும். கல்வியிலும் தொழில் வாழ்விலும் அரசியலிலும் தங்கள் வளர்ச்சி பாதிக்கப் படுவதை ஏற்றுக்கொள்ள வேண்டும். அதனால் ஏற்படும் நஷ்டங்களை ஏற்றுக்கொண்டு தாக்குப்பிடிக்க வேண்டும்.

யோசித்துப் பாருங்கள். எத்தனை பேரால் இதையெல்லாம் சமாளிக்க முடியும்? ஒரு குறிப்பிட்ட துறையில்தான் இந்தச் சிக்கல் என்றால் அந்தத் துறையையே தவிர்க்கலாம். பல துறைகளிலும் இந்தச் சிக்கல் என்றால் பெண்கள் எங்கே போவார்கள்? ஒன்று என் ஆசைக்கு இணங்கு, இல்லையேல் வீட்டுக்குள் முடங்கிக் கிட என்றுதானே ஆண் உலகம் பெண்ணைப் பார்த்துச் சொல்கிறது? பல்வேறு துறைகளிலும் இருக்கும் ஆண்கள் தங்களுக்குக் கீழ் இருக்கும் பெண்களுக்குக் தொடர்ந்து பாலியல் தொல்லை கொடுப்பதன் பின் இருக்கும் செய்தி இதுதானே?

ஒற்றைப் பெண்ணின் குரல்

திரைக் கலையைப் பயிற்றுவிக்கும் அமைப்பு ஒன்றில் ஊடகம் பற்றிப் பேசுவதற்காகச் சென்றிருந்தபோது எனக்கு ஏற்பட்ட அனுபவத்தை இங்கே பகிர்ந்துகொள்வது பொருத்தமாக இருக்கும். உரை முடிந்ததும் நாட்டு நடப்பு குறித்த விவாதமும் கலந்துரையாடலும் நடைபெற்றன. அப்போது மீ டூ இயக்கம் பெரிதாகப் பேசப்பட்ட நேரம். விவாதத்தில் ஒரு கருத்து கேள்வி வடிவில் வந்தது.

‘ஏதோ ஒரு பலன் கிடைக்கும் என்பதால் பெண்கள் பாலியல் கோரிக்கைகளுக்குச் செவிசாய்க்கிறார்கள். பலன் அடைந்த பிறகு அதைப் புகாராக முன்வைப்பது என்ன நியாயம்?’ என்பதுதான் அந்தக் கேள்வி.

இதைப் பற்றி மாணவர்களைக் கருத்து சொல்லும்படி கேட்டுக்கொண்டேன். எதிர்பார்த்தபடியே ஆண் மாணவர்கள் எவ்வளவுதான் பூசி மெழுகினாலும் இந்தக் கருத்தையே வெவ்வேறு விதங்களில் பிரதிபலித்தார்கள். அந்த அரங்கில் இருந்த ஒரே ஒரு பெண்ணிடம் அவர் கருத்தைக் கூறும்படி கேட்டேன். அதுவரை அமைதியாக இருந்த அவர் எழுந்து பேசத் தொடங்கினார்.

உயர் கல்வித் துறையில் ஆய்வுப் படிப்பில் ஈடுபடுபவர்கள் ஐந்து அல்லது ஏழு ஆண்டுகள் கஷ்டப்பட்டு உழைக்கிறார்கள். அவர்கள் ஆய்வை முடிப்பதற்கு அவர்களுக்கு வழிகாட்டியாக இருக்கும் பேராசிரியரின் உதவி அத்தியாவசியம். தன்னுடைய வழிகாட்டுதலின் கீழ் ஆய்வு செய்யும் ஒரு மாணவியிடம் ஆண் பேராசிரியர் தான் கையெழுத்திட வேண்டுமென்றால் தன்னுடைய இச்சையைத் திருப்தி செய்ய வேண்டும் என்று வற்புறுத்துகிறார் என்று வைத்துக்கொள்வோம். இந்நிலையில் அந்தப் பெண் என்ன செய்வாள்?

ஆய்வுப் படிப்பு வேண்டாம் என்று முடிவெடுப்பாளா, அவர் விருப்பத்திற்கு இணங்கிப் படிப்பை நல்லபடியாக முடித்து வாழ்க்கையில் அடுத்த கட்டத்திற்கு நகர முடிவெடுப்பாளா அல்லது அவரை எதிர்த்துப் போராடி மேலும் சில ஆண்டுகளைச் செலவிடுவாளா? முதல் தேர்வில் அவளுடைய பல ஆண்டுக்கால உழைப்பு வீணாகிறது. மூன்றாம் தேர்வில் வெற்றி கிடைக்கும் என்பதற்கு எந்த உத்தரவாதமும் இல்லை. இந்நிலையில் வேறு வழியின்றி இரண்டாம் தேர்வை அவள் நாடினால் அது அவள் சம்மதத்துடன் செய்ததாக ஆகுமா? சம்மதம் என்பது அவள் வாழ்க்கையைப் பணயம் வைத்தல்லவா பெறப்படுகிறது? இத்தகைய மிரட்டல் என்பது வன்கொடுமைதானே? இதை எப்போது சொல்லிப் புகார் கொடுத்தால் என்ன என்று அந்தப் பெண் கேட்டார்.

அதற்கு முன்பு பேசிய ஆண்கள் இப்போது அமைதியானார்கள். அந்தப் பெண் கூறிய எடுத்துக்காட்டை மேலும் விரிவாக விளக்கிப் பேசி விவாதத்தை முடித்துவைத்தேன்.

கல்வித் துறை என்றில்லை, அதிகாரத்தில் இருக்கும் ஆண்கள் அத்துமீறலில் ஈடுபடும்போது அதை எதிர்த்து நிற்கப் பெண் களுக்கு அதிக வழிகள் இல்லை. அதிலும் பொருளாதார, சமூக அளவில் வலிமையற்ற பெண்களுக்கு அது இன்னமும் கடினமானது. எனவே பல பெண்கள் பலியல் சீண்டல்கள், வற்புறுத்தல்கள், மிரட்டல்கள் ஆகியவற்றை மவுனமாக அனுபவித்துக் கடக்கிறார்கள். தங்கள் வேதனையைக்கூட வெளியில் சொல்ல முடியாத நிலையில் இருக்கிறார்கள். கண்ணீரையும் வெளியில் காட்டிக்கொள்ளாமல் இருக்க வேண்டிய அவலத்தை அவர்கள் மீது சுமத்துகிறது ஆண்மைய மதிப்பீடுகளால் ஆக்கிரமிக்கப்பட்ட இந்தச் சமூகம்.

இந்தப் பின்னணியில்தான் கரூர் அரசு கலை அறிவியல் கல்லூரியில் துணிச்சலாகப் புகார் கொடுக்க முன்வந்த பெண்கள் தனித்து நிற்கிறார்கள். அத்துமீறலில் ஈடுபடுபவர்கள்தான் தலைகுனிய வேண்டும், அத்துமீறலுக்கு ஆளானவர்கள் அல்ல என்னும் தெளிவுடன் இந்த மாணவிகள் களமிறங்கி வெற்றி பெற்றிருக் கிறார்கள். இந்தத் தெளிவும் துணிவும் இல்லாததால்தான் பல அத்துமீறல்கள் தட்டிக் கேட்கப்படாமல் போகின்றன. அதனாலேயே அவை தொடர்ந்து நடக்கின்றன. கரூர் அரசு கலை அறிவியல் கல்லூரி மாணவிகள் புகார் கொடுத்ததுடன் நில்லாமல் அந்த ஆசிரியருக்குப் பிணை வழங்கக் கூடாது என்னும் போராட்டத்தையும் நடத்தியிருக்கிறார்கள். இரண்டு ஆண்டுகள் போராடி அவருக்குத் தண்டனை பெற்றுத் தந்திருக்கிறார்கள்.

இதுபோன்ற துணிச்சலும், போராட்டங்களும் பெருகுவது தான் இத்தகைய அத்துமீறல்களைத் தடுக்க ஒரே வழி. பாதிப்புக்குள்ளானவர்களையே கேள்விக்கு உட்படுத்தும் சமூகத்திற்கு இப்படித்தான் அழுத்தமாகப் பதிலளிக்க வேண்டும். புகார் கொடுக்கும் பெண் மீது களங்கம் சுமத்தும் பொது மக்கள், ஊடகங்களில் ஒரு பிரிவினர் ஆகியோரைப் பற்றியெல்லாம் கவலைப்படாமல் செயல்பட்டுள்ள கரூர் கல்லூரி மாணவிகள் சிறந்த முன்னுதாரணத்தை ஏற்படுத்தியிருக்கிறார்கள். இந்த முன்னுதாரணத்தைப் பலரும் பின்பற்றும்போது இத்தகைய அத்துமீறல்களிலிருந்து பாதுகாப்பு கிடைக்கும் என்று நம்பலாம்.

•

[11]

சபாஷ் ஸ்டாலின்!

தமிழ்நாட்டில் மு.க.ஸ்டாலின் தலைமையிலான அரசு பதவியேற்றதிலிருந்து நடக்கும் சில நிகழ்வுகள் தமிழ்நாடு புதிய அரசியல் கலாச்சாரத்தினை நோக்கிச் செல்கிறது என்னும் உணர்வைத் தோற்றுவிக்கின்றன. கடந்த 40 ஆண்டுகளுக்கும் மேலாகத் தமிழ்நாட்டில் இருந்துவரும் மோசமான அரசியல் கலாச்சாரத்தை ஸ்டாலின் மாற்றிக் காட்டுவார் என்னும் நம்பிக்கையையும் இவை ஏற்படுத்துகின்றன.

திமுகவைத் தோற்றுவித்து அக்கட்சியை ஆட்சிக் கட்டிலில் அமர்த்திய முன்னாள் முதல்வர் சி.என்.அண்ணாதுரையின் காலத்தில் அரசியல் நாகரிகம் அதன் உச்சத்தில் இருந்தது. ஆளுங்கட்சி, எதிர்க்கட்சி பேதமின்றிக் கருத்துப் பரிமாற்றங்களும் மரியாதைப் பரிமாற்றங்களும் செவ்வனே நடந்தன. மோதல்கள் பெரும்பாலும் கோட்பாடு, கொள்கை அடிப்படையிலேயே நடந்தன. விமர்சனங்களில் சிலர் சில சமயம் எல்லை மீறிச் சென்றாலும் அரசியல் நாகரிகம் பழுதின்றி நிலைத்தது. ஆனால், கட்சியை விட்டு எம்ஜிஆர் பிரிந்த பிறகு மோதல் கோட்பாட்டுத் தளத்திலிருந்து தனிநபர் தளத்துக்கு மாறியது. இவர்கள் இருவரின் தனிப்பட்ட விரோதமும் கோபதாபங்களும் தமிழக அரசியல் சூழலைப் பாதித்தன. ஜெயலலிதா காலத்தில் இது உச்சத்துக்குச் சென்று தமிழக அரசியலுக்கும் நாகரிகத்துக்கும் தொடர்பில்லை என்னும் நிலை உருவானது. இப்படிப்பட்ட சீரழிவுக் கலாச்சாரத்தைத் தொடங்கியது யார் என்பது முக்கியமானதுதான்

என்றாலும் ஊட்டி வளர்த்ததில் இரு கட்சிகளுக்கும் கிட்டத்தட்டச் சமமான பங்கு உண்டு என்பதில ஐயமில்லை.

இதை மாற்றும் முயற்சியில் ஸ்டாலின் இறங்கியிருக்கிறார். இதற்காக அவர் மெனெக்கெட்டு எதையும் செய்யவில்லை. அவருடைய நடவடிக்கைகள் சில இந்த் மாற்றத்தை ஏற்படுத்தக் கூடியவையாக இருக்கின்றன.

மிக அண்மையில் நிகழ்ந்த இந்த எடுத்துக்காட்டைப் பாருங்கள். பள்ளி மாணவர்களுக்கு மாநில அரசின் சார்பில் விலையில்லாப் புத்தகப் பைகள் ஆண்டுதோறும் வழங்கப்படுகின்றன. இதில் கடந்த அதிமுக ஆட்சியின்போது மறைந்த ஜெயலலிதாவின் படமும் அப்போதைய முதலமைச்சர் பழனிசாமியின் படமும் அச்சடிக்கப்பட்டிருந்தன. அது வழக்கம்தான். ஆனால், நடப்புக் கல்வியாண்டுக்கு வழங்கப்பட வேண்டிய பைகளிலும் அவர்களின் படங்கள் அச்சடிக்கப்பட்டு 65 லட்சம் பைகள் முன்கூட்டியே தயாராக வைக்கப்பட்டன.

ஏப்ரல் மாதம் தேர்தல் நடக்கும் என்று தெரிந்தும், ஆட்சி மாற்றம் ஏற்பட வாய்ப்பு இருக்கிறது என்பது தெரிந்தும் எடப்பாடி அரசு 65 லட்சம் பைகளில் அதிமுக அடையாளத்தை அச்சடித்துவிட்டது. தேர்தலை எதிர்நோக்கியிருக்கும் அரசு செய்யக் கூடாத செயல் இது என்றாலும் அதிமுக அரசு அப்படித்தான் செய்தது.

தேர்தல் நடந்தது. காட்சி மாறியது. எடப்பாடியார் எதிர்க்கட்சித் தலைவரானார். ஸ்டாலின் முதல்வர் இருக்கையில் அமர்ந்தார். இப்போது கல்வியாண்டும் தொடங்கிவிட்டது. பள்ளிக் கல்வித் துறைக்கான மானியக் கோரிக்கையைச் சட்டமன்றத்தில் முன்வைக்க வேண்டிய நிலையில் துறையின் அமைச்சர் அன்பில் மகேஸ் பொய்யாமொழியின் கவனத்திற்கு இது வந்தது. ஒன்று அல்ல, இரண்டு அல்ல. 65 லட்சம் பைகள். அத்தனையிலும் திமுகவின் பரம விரோதக் கட்சியின் முதல்வர்களின் படங்கள்.

இவற்றை என்ன செய்வது என்று அமைச்சர் முதலமைச்சர் ஸ்டாலினிடம் கேட்கிறார். அந்தப் படங்களே இருக்கட்டும் என்று முதல்வர் சொல்கிறார். அதை மாற்றுவதற்கு ஆகக்கூடிய 13 கோடி ரூபாய் செலவை வேறு கல்விச் செலவுகளுக்குப் பயன்படுத்திக் கொள்ளலாம் எனக் கூறிவிடுகிறார்.

இந்தத் தகவலைப் பள்ளிக் கல்வி அமைச்சர் சட்டப்பேரவையில் கூறினார். ஆட்சி மாறும்போது ஆட்சி செய்வோரின்

அடையாளங்களும் மாறுவது புதிதல்ல. அதற்காக ஏற்படும் செலவுகளைப் பற்றிப் புதிய ஆட்சியாளர்கள் கவலைப்படாமல் இருப்பதும் புதிதல்ல. ஆனால், இதற்காகப் பணம் செலவு செய்ய வேண்டாம், அவர்கள் படங்களே இருந்துவிட்டுப் போகட்டும் என்று சொல்வது புதிது.

தேர்தல் ஆண்டு என்பதைப் பற்றிக் கவலைப்படாமல் அதிமுக தன்னுடைய அடையாளங்களை முன்கூட்டியே அச்சடித்துவைத்தது அத்துமீறல் என்பதால் அதை மாற்றியிருந்தால் ஸ்டாலினை யாரும் குறை கூறியிருக்க மாட்டார்கள். ஆனால், ஸ்டாலின் அப்படிச் செய்யவில்லை. அந்தப் படங்களே இருக்கட்டும், அரசுப் பணத்தை வீணடிக்க வேண்டாம் என்று சொல்லிவிட்டார்.

இது ஆரோக்கியமான அரசியல் கலாச்சாரத்திற்கு வித்திடும் என்று உறுதியாகச் சொல்லலாம். யார் யாரோ அளித்த நிவாரணப் பொருள்களில் எல்லாம் தம் தலைவியின் படத்தை அச்சடித்து விலையில்லா விளம்பரம் தேடிக்கொண்ட கட்சிக்கு இப்படிப்பட்ட செயல் இன்ப அதிர்ச்சியாக இருந்திருக்கும். இதைப் பற்றி எடப்பாடி பழனிசாமியோ இதர அதிமுக தலைவர்களோ எதுவும் பேசவில்லை. பேசாவிட்டால் பரவாயில்லை. இதேபோன்ற செயல்களை முன்னெடுத்தால் போதுமானது.

சட்டமன்றத்தில் நடைபெற்ற விவாதம் ஒன்றில் பேசும்போது எதிர்க்கட்சி உறுப்பினர்கள் திமுக அரசு அரசியல் காழ்ப்புடன் நடந்துகொள்கிறது என்று குற்றம் சாட்டினார்கள். அரசியல் காழ்ப்புணர்வு இருந்திருந்தால் அம்மா உணவகம் தொடர்ந்து செயல்பட்டிருக்காது என்று ஸ்டாலின் அதற்கு பதிலடி கொடுத்தார். ஜெயலலிதா வைத்த பெயரைக் கருணாநிதியும் கருணாநிதி வைத்த பெயரை ஜெயலலிதாவும் மாறிமாறித் திருத்திக்கொண்டிருந்த அரசியல் கலாச்சாரத்திற்கு இது புதியது.

பொதுவாகவே அரசியல் நாகரிகம், தார்மிகம் ஆகியவற்றின் அடிப்படையில் கேள்வி எழுப்பும்போது அவர்கள் செய்ய வில்லையா என்று எதிராளிகளைப் பற்றிய புகார்ப் பட்டியலை அவிழ்த்துவிடுவதே ஆகிவந்த அரசியல் மரபு. இதில் எந்தக் கட்சியும் விதிவிலக்கு அல்ல. குஜராத் கலவரத்தைப் பற்றிக் கேட்டால் டெல்லியில் சீக்கியர்களுக்கு எதிரான கலவரம் பற்றிக் கேள்வி எழுப்புவார்கள். சட்டம் ஒழுங்கு சீர்குலைவு பற்றிப் பேசினால் உங்கள் ஆட்சியில் மட்டும் என்ன வாழ்ந்ததாம் என்று திருப்பி அடிப்பார்கள். அரசுக்குச் சொந்தமான சொத்துக்களைக்

குத்தகைக்கு விட்டு வருமானம் பார்க்கும் பணமாக்கல் நடவடிக்கையை ஒன்றிய நிதியமைச்சர் நிர்மலா சீதாராமன் அறிவித்ததும் அதற்குக் காங்கிரஸ் தரப்பிலிருந்து கண்டனம் எழுந்தது. இந்தியாவை விற்கப்பார்க்கிறார்கள் என்று ராகுல் காந்தி குரல் எழுப்பினார். காங்கிரஸ் ஆட்சியில் அரசுக்குச் சொந்தமான நிறுவனங்கள் தனியாருக்குத் தாரை வார்க்கப்பட்டதாகச் சொல்லி நிதியமைச்சர் அதற்குப் பதிலளித்தார்.

அண்மையில் பாடத்திட்டத்திற்கான குழுவின் தலைவராக திண்டுக்கல் ஐ. லியோனியை நியமித்தபோது அதற்கு எதிர்ப்பு எழுந்தது. பொது மேடைகளில் நகைச்சுவை என்ற பெயரால் பெண்களைத் தரக்குறைவாகப் பேசுவதற்குப் பேர்போன ஒருவருக்கா இத்தகைய பதவி என்ற கேள்வியை விமர்சனமாகப் பலரும் முன்வைத்தார்கள். ஆபாசப் பேச்சுக்குப் பேர்போன வளர்மதி இந்தப் பதவியில் இருந்தாரே என்று திமுக ஆதரவாளர்கள் சிலர் இதற்குப் பதிலடி தந்தார்கள்.

நல்ல முன்னுதாரணங்களையே பின்பற்றவும் உருவாக்கவும் வேண்டும் என்பதை மறந்த இத்தகைய அரசியல் லாவணிகளால் ஆரோக்கியமான அரசியல் என்றுமே உருவாகாது. சென்ற அட்சியின் தவறுகளைக் களையவும் அவை திரும்ப நடக்காமல் பார்த்துக்கொள்வதும் புதிய ஆட்சியின் தலையாய கடமைகளில் ஒன்று. அதற்காகத்தான் மக்கள் ஆட்சி மாற்றத்தை ஏற்படுத்து கிறார்கள். முகங்கள் மட்டும் மாறும், செயல்கள் மாறாது என்றால் அதற்குப் பெயர் மாற்றம் இல்லை.

இந்த அடிப்படையான உண்மையை ஸ்டாலின் உணர்ந் திருப்பதாகத் தெரிகிறது. 13 கோடி ரூபாயைச் செலவுசெய்து அதிமுகவின் அடையாளத்தை அழிப்பதில் மக்களுக்கு எந்தப் பலனும் இல்லை என்பதை உணர்ந்தே அவர் இந்த முடிவை எடுத்திருக்கிறார். இது நல்ல முன்னுதாரணம். இந்த முன்னுதாரணத்தைப் பிறரும் பின்பற்றும்போதே அது அரசியல் பண்பாட்டின் ஒரு பகுதியாக மாறும். இல்லையேல், விதிவிலக்கான, உதிரியான தனி நிகழ்வாகவே தங்கிவிடும். அதிமுக உள்ளிட்ட பிற கட்சிகளும் திமுகவின் அடுத்த மட்டத் தலைவர்களும் இதை நினைவில் கொள்ள வேண்டும்.

ஆரோக்கியமான அரசியல் என்பது வெறும் அலங்காரம் அல்ல. பெருமைக்கானது மட்டுமல்ல. அது மக்கள் நலன் சார்ந்தது. பெயரையோ படங்களையோ திட்டங்களையோ வீம்புக்காக,

அடையாளம் சார்ந்த காரணங்களுக்காக மாற்றுவதால் ஏற்படும் செலவு மக்களின் வரிப்பணத்தில்தான் நடக்கும். அடையாளங்களை உருவாக்குவது அரசியலின் ஒரு பகுதி என்பதில் ஐயமில்லை. ஆனால், அதற்குப் பின்னால் ஒரு நியாயம் இருக்க வேண்டும். பொதுப்பணத்தில் இத்தகைய அடையாளங்களை உருவாக்குவது நியாயமா என்பதை யோசிக்க வேண்டும்.

இலவசக் கல்வி என்றதும் காமராஜரின் நினைவு வ்ரும். பெண்களுக்கான சொத்துரிமை என்றால் கருணாநிதி தவிர்க்க முடியாமல் நினைவுக்கு வருவார். சத்துணவு என்றால் எம்ஜிஆரின் நினைவு வரும். 67 சதவீத இட ஒதுக்கீட்டைச் சட்டபூர்வ மாக்கியதைப் பற்றிப் பேசும்போது ஜெயலலிதாவின் நினைவைத் தவிர்க்க முடியாது. இப்படியும் அடையாளங்களை உருவாக்கலாம். பெயர்கள், படங்கள் ஆகியவற்றைக் கிடைத்த இடத்திலெல்லாம் பொறிப்பதன் மூலமாகத்தான் உருவாக்க வேண்டும் என்பதல்ல.

இதை அனைத்து அரசியல் கட்சிகளும் புரிந்துகொள்ள வேண்டும். அதற்கான முன்னெடுப்பை ஸ்டாலின் மேற்கொண்டிருக்கிறார். இத்தகைய நல்ல முன்னுதாரணங்களை அனைவரும் பின்பற்றுவார்கள் என நம்புவோம்.

•

12

தாலிபான்கள் கொடுக்க வேண்டிய விலை!

எங்கள் அரசை உலக நாடுகள் விரைவில் அங்கீகரிக்கும் என்று தாலிபான் அரசின் தகவல் மற்றும் கலாச்சாரத் துறை அமைச்சரும், செய்தித் தொடர்பாளருமான ஜபிபுல்லாஹ் முஜாஹித் அண்மையில் நம்பிக்கை தெரிவித்துள்ளார்.

அதே சமயம் ஆப்கானிஸ்தானில் குரான் அடிப்படையிலான சட்டங்கள்தான் பின்பற்றப்படும் என்றும் கை, காலை வெட்டுதல், கடுமையான குற்றங்களைச் செய்தவர்களைக் கொன்று நடுத்தெருவில் கட்டித் தொங்கவிடுதல் என்பன போன்ற தண்டனைகள் தொடரும் என்றும் தாலிபான்கள் திட்டவட்டமாகக் குறிப்பிட்டிருக்கிறார்கள். இந்த இரண்டுக்கும் இடையில் உள்ள முரண்தான் ஆப்கானிஸ்தானின் தற்போதைய சிக்கல்களின் மையம்.

அமெரிக்கப் படைகள் ஆப்கானிஸ்தானை விட்டு வெளியேறும் செயல்முறை ஆகஸ்ட் 31ஆம் தேதி முழுமைபெற்றது. அதன்பிறகு, அங்கே தாலிபான்கள் ஆட்சி அமைந்து அமைச்சரவை அமைக்கப்பட்டது. ஆப்கானிஸ்தான் இனி எந்த வழியில் செல்லும் என்பதைத் தாலிபான்கள் எந்த ஐயத்திற்கும் இடமில்லாமல் அறிவித்து வருகிறார்கள்.

பெண்கள் வேலைக்குச் செல்வது, பெண்கள் கல்வி, பெண்கள் தனியாக வெளியில் செல்வது, பெண்கள் அணிய வேண்டிய உடை என்று பல சட்டங்களும், விதிமுறைகளும் பெண்களைக்

குறிவைப்பவையாகவே உள்ளன. கடந்த 15 ஆண்டுகளில் கல்வி, வேலைவாய்ப்பு, வணிக நடவடிக்கைகள், விளையாட்டு ஆகியவற்றில் ஆப்கானிஸ்தான் பெண்கள் கணிசமான முன்னேற்றங்களை அடைந்திருக்கிறார்கள். அவை அனைத்தையும் சீர்குலைக்கும் விதமாகத் தாலிபான்களின் அறிவிப்புகளும் நடவடிக்கைகளும் இருக்கின்றன.

பள்ளிகளுக்குப் பெண் குழந்தைகள் வருவதற்கான தடை, உயர் கல்விக்குத் தடை, வேலைக்குச் செல்வதற்குப் பல விதமான தடங்கல்கள், மகளிர் கிரிக்கெட் அணிக்குத் தடை என்று தடைகளின் ராஜ்ஜியம் அங்கே நடந்து கொண்டிருக்கிறது. ஆட்டோவில் தனியாகச் சென்ற ஒரு பெண்ணைத் தடுத்து நிறுத்தி, ஆண் துணை இல்லாமல் பெண்கள் தனியாக வரக் கூடாது என்று திருப்பி அனுப்பிய சம்பவங்களும் நடைபெற்றுள்ளன.

பெண்கள் விஷயம் இப்படி இருக்க, பொதுவான மனித உரிமைகள் விஷயத்திலும் தாலிபான்களின் நடவடிக்கைகள் சொல்லிக் கொள்ளும் வகையில் இல்லை.

கடுமையான கிரிமினல் குற்றங்களில் ஈடுபடுவோரின் கை, கால்களை துண்டிப்பது போன்ற தண்டனைகள் தொடரும் என்று தாலிபான்கள் அறிவித்துள்ளனர். தவறு செய்பவர்களுக்கு மைதானத்தில் பொது மக்களின் முன்னிலையில் தண்டனை நிறைவேற்றப்படும் என்றும் தாலிபான்கள் அறிவித்துள்ளனர்.

'நாங்கள் மைதானத்தில் தண்டனை அளிப்பதை அனைவரும் கேள்வி கேட்கின்றனர். நாங்கள் யாருடைய சட்டங்களையும், தண்டனைகளையும் கேள்வி கேட்டதில்லையே. எங்கள் சட்டம் எப்படியிருக்க வேண்டும் என்று எங்களுக்கு யாரும் சொல்லித்தரத் தேவையில்லை. நாங்கள் இஸ்லாத்தைப் பின்பற்றுகிறோம். குரானின் அடிப்படையில் நாங்கள் எங்களின் சட்டத் திட்டங்களை வகுக்கிறோம்' என்று தலிபான் அமைப்பை நிறுவியவர்களுள் ஒருவரான முல்லா நூருதீன் துராபி செய்தியாளர்கள் சந்திப்பின் போது கூறினார்.

ஆப்கனில் ஆள்கடத்தல் சம்பவங்களில் ஈடுபட்ட நால்வரைத் துப்பாக்கியால் சுட்டுக் கொன்ற தாலிபான்கள், இனியும் யாரும் ஆள்கடத்தல் சம்பவங்களில் ஈடுபடக் கூடாது என்பதை அறிவிக்கும் வகையில் இறந்த நால்வரின் உடல்களை ஹெராத்தில் உள்ள பரபரப்பான வீதிகளில் தொடங்கவிட்டனர்.

குற்றம், தண்டனை, தண்டனை வழங்கப்படும் விதம் ஆகியவை ஒருபுறம் இருக்க, தனிப்பட்ட வாழ்க்கையிலும் அன்றாட நடவடிக்கைகளிலும்கூடத் தாலிபான்களின் கட்டுப்பாடுகள் நீள்கின்றன. ஆண்களின் தாடியை வெட்டுவதற்கோ, மழிப்பதற்கோ முடிதிருத்தம் செய்யும் தொழிலாளிகளுக்குத் தடை விதித்து தாலிபான் அமைப்பு உத்தரவிட்டுள்ளது. வித விதமான சிகை அலங்காரம் செய்துகொள்வதையும் தாலிபான்கள் தடை விதித்துள்ளார்கள். சலூன்களில் பாட்டு மற்றும் இசை சார்ந்து எதையும் ஒலிக்கச் செய்யக் கூடாது என்றும் தெரிவிக்கப் பட்டுள்ளதாகச் செய்திகள் வருகின்றன.

முகச் சவரம் செய்வது இஸ்லாமியச் சட்டங்களை மீறுவது என்றும், சவரம் செய்வதற்கான தடையை மீறுபவர்களுக்குத் தண்டனை வழங்கப்படும் எனவும் தாலிபான் அரசின் மத போலீசார் தெரிவித்துள்ளனர்.

இந்தப் பின்னணியில்தான் உலக நாடுகள் எங்களை அங்கீகரிக்க வேண்டும் என்னும் தாலிபான்களின் கோரிக்கையை அணுக வேண்டியிருக்கிறது. தாலிபான்கள் ஆட்சியை அங்கீகரிக்க பாகிஸ்தான், ஈரான் ஆகிய நாடுகள் ஆதரவு தெரிவித்துள்ளன. ஆனால், ஜனநாயகத்துக்கு விரோதமான முறையில் ஆட்சியைக் கைப்பற்றிய தாலிபான்கள் அரசை ஏற்க மாட்டோம் என்று அமெரிக்கா, ஜப்பான், கனடா, ரஷ்யா, பிரான்ஸ், பிரிட்டன் உள்ளிட்ட நாடுகள் தெரிவித்துள்ளன.

'இந்த உலகம் விரைவில் தாலிபான்கள் தலைமையிலான அரசை விரைவில் அங்கீகரிக்கும். எங்களை அங்கீகரிக்கக் கோரி ஐ.நா. சபைக்கும் கடிதம் எழுதியுள்ளோம். ஐ.நா. சபையின் பிரதிநிதிகளுடன் பேச்சு நடத்தி வருகிறோம்' என்று தாலிபான் செய்தித் தொடர்பாளரும் அமைச்சருமான ஜபிபுல்லாஹ் முஜாஹித் ஊடகங்களுக்குப் பேட்டி அளித்துள்ளார்.

மனித உரிமைகள், பெண்கள் உரிமைகளை மதிப்பது, முழுமையான அரசை ஏற்படுத்துவது, ஆப்கானிஸ்தானை மற்ற நாடுகளைத் தாக்கவும், தீவிரவாதிகளின் புகலிடமாகவும் பயன்படுத்துவதைத் தடை செய்வது ஆகியவற்றைச் செய்தால் தாலிபான் அரசை அங்கீகரிப்பதாக உலக நாடுகள் தெரிவிக்கின்றன.

இவை அனைத்தையும் விரைவில் அமல்படுத்த உறுதியளித் துள்ளோம் எனத் தாலிபான் அரசின் தகவல், கலாச்சாரத் துறை

அமைச்சரும், செய்தித் தொடர்பாளருமான ஜபிபுல்லாஹ் முஜாஹித் ஜபிபுல்லாஹ் முஜாஹித் தெரிவித்திருக்கிறார்.

ஆனால், கடுமையான குற்றங்களில் ஈடுபடுவோரின் கை, கால்களைத் துண்டிப்பது போன்ற கடுமையான தண்டனைகள் தொடரும் என்று தாலிபான்கள் அறிவித்ததுடன் அவற்றை அமல் படுத்தவும் தொடங்கிவிட்ட நிலையில், மனித உரிமைகளையும் பெண் உரிமைகளையும் தாலிபான்கள் எப்போது காப்பாற்றப் போகிறார்கள் என்னும் கேள்வி எழுகிறது.

தாலிபான்களின் தண்டனை அறிவிப்புக்கு அமெரிக்க வெளியுறவு அமைச்சகச் செய்தித் தொடர்பாளர் நெட் ப்ரைஸ் கண்டனம் தெரிவித்துள்ளார். 'மனித உரிமைகளுக்காக நிற்கிறோம் எனக் கூறும் அமெரிக்கர்கள் மோசமான குற்றங்களைச் செய்வார்கள். நாங்கள் அப்படியல்ல. இஸ்லாம் சட்டங்களுக்கு உட்பட்டு தண்டனைகள் வழங்குகிறோம்' என்று முல்லா நூருதீன் கூறினார்.

தாலிபான்களைப் பற்றி எவ்வளவு விமர்சனம் இருந்தாலும் அமெரிக்காவின் மீது வைக்கப்படும் விமர்சனங்களில் உள்ள நியாயத்தையும் நாம் காண வேண்டும். உலகம் முழுவதும் பல நாடுகளிலும் போர் தொடுத்துள்ள அமெரிக்கா அந்த நாடுகளில் அரங்கேற்றிய மனித உரிமை மீறல்களை மறந்துவிட முடியாது. ஆப்கானிஸ்தானிலிருந்து வெளியேறிய பின்னும் அத்தகைய நடவடிக்கையில் அமெரிக்கா இறங்கியிருக்கிறது. 26.08.2021 அன்று ஆப்கானிஸ்தான் தலைநகரான காபூலில் அமைந்துள்ள விமான நிலையத்திற்கு வெளியே மனித வெடிகுண்டு தாக்குதல் நடைபெற்றது. இதில் 169 ஆப்கானிஸ்தான் மக்களும், 13 அமெரிக்க இராணுவ வீரர்களும் பலியானார்கள்.

இந்தத் தாக்குதலுக்கு ஐஎஸ்ஐஎஸ் தீவிரவாத இயக்கத்தின் ஆப்கன் பிரிவான ஐஎஸ்-கோராசன் அமைப்பு பொறுப்பேற்றது. அமெரிக்க அதிபர் ஜோ பைடன், காபூலில் தாக்குதல் நடத்தியவர்களை வேட்டையாடிப் பழிவாங்குவோம் என சூளுரைத்தார்.

ஜோ பைடன் சொன்னபடியே, ஆப்கானிஸ்தானில் உள்ள ஐஎஸ்-கோராசான் அமைப்பைக் குறிவைத்து, அமெரிக்கா ட்ரோன் தாக்குதலை நடத்தியுள்ளது. ஆப்கானிஸ்தானின் நங்கர்ஹார் மாகாணத்தில் நடத்தபட்ட இந்த தாக்குதலில் ஐஎஸ்-கோராசான் அமைப்பின் தாக்குதல்களுக்குத் திட்டம் தீட்டி வந்தவர் கொல்லப்பட்டதாக கூறியுள்ள அமெரிக்கா, இந்த தாக்குதலில் பொதுமக்கள் யாரும் உயிரிழக்கவில்லை எனவும் தெரிவித்துள்ளது.

சில நாட்களுக்குப் பிறகு இந்தத் தாக்குதலில் அப்பாவி மக்கள் கொல்லப்பட்டது வெளிச்சத்திற்கு வந்தது. அதை ஒப்புக்கொண்ட அமெரிக்கா அதற்காக வருத்தம் தெரிவித்தது. ஆனால், வருத்தம்கூடத் தெரிவிக்காத பல அத்துமீறல்களில் அமெரிக்கா ஈடுபட்டிருப்பதை அண்மைக் கால வரலாறு பதிவுசெய்திருக்கிறது.

ஆனால், இத்தகைய சம்பவங்களை முன்வைத்துத் தாலிபான்களின் உரிமை மீறல்களை நியாயப்படுத்திவிட முடியாது. தாலிபான் களையும் அமெரிக்காவையும் ஒரே தட்டில் வைத்துப் பேசிவிடவும் முடியாது. அமெரிக்கா போரில் ஈடுபடும்போது இத்தகைய அத்துமீறல்கள் நடக்கின்றன. ஆனால், அதன் குடிமக்களுக்கு அது அதிகபட்ச உரிமைகளையும் சுதந்திரத்தையும் வழங்கியிருக்கிறது. குறிப்பாகக் குழந்தைகளுக்கும் பெண்களுக்குமான உரிமைகளில் அமெரிக்கா முன்னணியில் இருக்கிறது.

தாலிபான்களின் வன்முறை, பயங்கரவாதச் செயல்கள் ஆகியவை பற்றிய குற்றச்சாட்டுக்களைக் காட்டிலும் அவர்களுடைய மனித உரிமை மீறல்கள், குறிப்பாக, ஆப்கானிஸ்தானின் குடிமக்கள் மீது அவர்கள் திணிக்கும் அடக்குமுறைச் சட்டங்கள், அளிக்கும் தண்டனைகள் ஆகியவைதான் அதிகமாக இருக்கின்றன. உலக நாடுகள் மட்டுமின்றி ஆப்கன் மக்களே இவற்றைக் கடுமையாக எதிர்க்கிறார்கள்.

சர்வதேச நாடுகளின் அங்கீகாரத்தையும் உலகளாவிய அமைப்புகளின் உதவிகளையும் எதிர்பார்க்கும் தாலிபான்கள் உலகோடு ஒட்ட ஒழுகினால்தான் இவற்றை எதிர்பார்க்க முடியும் என்பதைப் புரிந்துகொள்ள வேண்டும். குழந்தைகளின் கல்வி, வாழ்வுரிமை, முதலானவற்றுக்காகப் பணிபுரிந்துவரும் யுனெஸ்கோ போன்ற அமைப்புகள் சிறுவர்களுக்குக் கடுமையான தண்டனைகள் வழங்குதல், பெண்களைப் படிக்கவோ வேலை செய்யவோ அனுமதிக்காதிருத்தல் ஆகியவற்றை எப்படி ஏற்க முடியும்?

பெண்கள் உரிமை பறிப்பு, ஆண்களின் சவரம் போன்றவற்றில் தலையீடு, கை கால்களை வெட்டுதல், சிறுவர்களையும் கடுமையாகத் தண்டித்தல் ஆகியவற்றைத் தாலிபான்கள் நிறுத்திக் கொண்டால்தான் உலக அங்கீகாரம் குறித்து அவர்கள் பேச முடியும். ஐ.நா., யுனெஸ்கோ போன்ற அமைப்புகளின் உதவிகளை எதிர்பார்க்க முடியும். நான் எப்படி வேண்டுமானாலும் இருப்பேன்; ஆனால், என்னை உலகம் அங்கீகரித்து உதவிகள் செய்ய வேண்டும்

என்பது சாத்தியமற்றது என்பதைத் தாலிபான்கள் உணர வேண்டும். தாலிபான்களைத் தனிமைப்படுத்தக் கூடாது என்று உலக நாடுகளுக்கு அறிவுரை கூறும் பாகிஸ்தான் தாலிபான்களுக்கும் அறிவுரை கூற வேண்டும்.

There is no free lunch என்று ஆங்கிலத்தில் ஒரு சொலவடை உண்டு. சர்வதேச அங்கீகாரமும் உதவிகளும் சும்மா வராது. அதற்கு விலை உண்டு. மனித உரிமைகளை மதிப்பது என்பதுதான் தாலிபான்கள் கொடுக்க வேண்டிய விலை. அதை அவர்கள் செய்தால் உலக நாடுகளின் அங்கீகாரம் மட்டுமல்ல; சொந்த நாட்டு மக்களின் மனமார்ந்த வாழ்த்துக்களும் அவர்களுக்குக் கிடைக்கும்.

•

[13]

எல்லா ஆக்கிரமிப்புகளுக்கும் இது பொருந்தாதா?

அண்மையில் சென்னை அரும்பாக்கம் ராதாகிருஷ்ணன் நகர் கூவம் நதிக்கரையோரம் இருந்த 93 ஆக்கிரமிப்பு குடியிருப்புகள் அகற்றப் பட்டது தொடர்பாகச் சர்ச்சை எழுந்தது. இந்தக் குடியிருப்புகளை அகற்றுவதற்கான எதிர்ப்புகளும் கண்டனங்களும் பல தரப்பில் இருந்தும் வந்தன.

விடுதலைச் சிறுத்தைகள் கட்சியின் தலைவர் திருமாவளவன் உள்ளிட்ட பலர் இதை எதிர்த்து அறிக்கை விடுத்தார்கள். ஊடகங்களும் இதற்குக் கவனம் அளித்துப் பேசுபொருளாக்கின. இத்தகைய எதிர்வினைகளை அடுத்து, குடியிருப்புகளை இடிக்கும் வேலையைச் சென்னை மாநகராட்சி நிறுத்திவைத்தது. எஞ்சிய குடியிருப்புகளை இடிக்கக் கூடாது என தற்போது சென்னை மாநகராட்சி அறிவித்துள்ளது.

ராதாகிருஷ்ணன் நகர் பகுதியில் கூவம் நதிக்கரையோரம் 243 குடியிருப்புகள் ஆக்கிரமிப்புகள் எனக் கண்டறியப்பட்டு அவற்றை அகற்ற மாநகராட்சியின் சார்பில் நடவடிக்கைகள் மேற்கொள்ளப் பட்டன. இவர்களில் 93 ஆக்கிரமிப்பு குடும்பங்களுக்கு தமிழ்நாடு குடிசைப் பகுதி மாற்று வாரிய குடியிருப்பில் வீடுகள் ஒதுக்கீடு செய்யப்பட்டன என்று மாநகராட்சி அறிக்கை கூறுகிறது. இவர்கள் தமிழ்நாடு குடிசைப் பகுதி மாற்று வாரிய குடியிருப்புகளில் பாதுகாப்பாக மறுகுடியமர்வு செய்யப்பட்டுள்ளனர் என்றும் அந்த அறிக்கை கூறுகிறது.

எஞ்சிய மக்கள் அனைவருக்கும் தமிழ்நாடு குடிசை மாற்று வாரிய குடியிருப்புகளில் வீடுகள் ஒதுக்கீடு பெறப்பட்டு முறையாக மறுகுடியமர்வு செய்யப்படும் வரை ஆக்கிரமிப்புகளை இடிக்கக் கூடாது எனப் பொதுப்பணித் துறைக்கு மாநகராட்சியின் அறிவுறுத்தியுள்ளது.

விமர்சனங்களுக்குச் செவிசாய்த்தோ அல்லது வேறு காரணிகளைக் கணக்கில் எடுத்துக்கொண்டோ குடியிருப்புகளை அகற்றும் பணியை உடனடியாக நிறுத்தியதற்காக மாநகராட்சியைப் பாராட்ட வேண்டும். இவர்கள் அனைவருக்கும் முறையான மாற்று ஏற்பாடு செய்யப்படும் என்று உறுதியளித்திருப்பதும் பாராட்டத்தக்கது.

குடிசைகளும் கட்டிடங்களும்

என்றாலும் இத்தகைய நடவடிக்கைகள் தவிர்க்க முடியாமல் சில கேள்விகளை எழுப்புகின்றன. 'நீர்நிலைகளின் கரையோரங்களில் உள்ள ஆக்கிரமிப்புகளை அகற்றும் பணி' என்று மாநகராட்சி அறிக்கை கூறுகிறது. நீர்நிலைகளின் கரையோரங்களில் இந்தக் குடிசைகள் மட்டும்தான் இருக்கின்றனவா? சென்னைக்குப் பிழைக்க வந்த உழைக்கும் மக்கள் தங்க இடமின்றிப் நீர்நிலைகளின் அருகே புறம்போக்கு நிலங்களில் குடிசை போட்டுக்கொண்டு தங்கினார்கள் என்பதில் எந்த ஐயமும் இல்லை. ஆனால், சென்னை மாநகரம் முழுவதும் நீர்நிலைகளின் கரைகளில் மட்டுமல்லாமல் நீர்நிலைகளின் மீதே எழும்பியிருக்கும் எண்ணற்ற கட்டிடங்கள் யாருடையவை? குடிசைகளைப் போடுவதுபோல இவறை நினைத்த மாத்திரத்தில் கட்டிவிட முடியுமா? இவற்றுக்கு அனுமதி அளித்தது யார்? இவற்றை அகற்ற வேண்டும் என்று நினைத்தால் அகற்றிவிட முடியுமா?

கடலிலிருந்து 100 மீட்டர் தொலைவுக்குள் கட்டிடம் கட்டக் கூடாது என்று சட்டம் உள்ளது. ஆனால், சென்னையில் கிழக்குக் கடற்கரைச் சாலையில் கடலை ஒட்டி எத்தனை பெரிய பெரிய பங்களாக்கள், ரிசார்ட்கள், மாபெரும் கேளிக்கைப் பூங்காக்கள் ஆகியவை இருக்கின்றன? இவற்றையெல்லாம் அகற்றுவதற்கான திட்டம் ஏதேனும் அரசிடம் உள்ளதா? திட்டம் இருந்தாலும் அதைச் செயல்படுத்துவது சாத்தியமா?

நீர்நிலைகளில் ஆக்கிரமிப்புகள் குறித்த வழக்குகளில் நீதிமன்றங்கள் மிகவும் கண்டிப்பான கருத்துக்களைக் கூறியிருக்கின்றன. கடுமையான தீர்ப்புகளை வழங்கியிருக்கின்றன. சென்னையில் உள்ள நீர்நிலைகளில் உள்ள ஆக்கிரமிப்புகளை அகற்ற 8

வாரங்களுக்குள் நடவடிக்கை எடுக்க வேண்டும் என்று 2018ஆம் ஆண்டில் சென்னை உயர் நீதிமன்றம் உத்தரவிட்டது. அந்தத் தீர்ப்பு வந்து 130 வாரங்களுக்கு மேல் ஆகிறது. ஆக்கிரமிப்புகள் அகற்றப்படவில்லை. அவ்வப்போது மேற்கொள்ளப்படும் நடவடிக்கைகளும் குடிசைப் பகுதிகளை மட்டுமே குறி வைக்கின்றன. பங்களாக்களையோ பிற கட்டிடங்களையோ கை வைப்பதில்லை.

மறுகுடியமர்வுத் திட்டங்களின் போதாமைகள்

பாலங்கள் கட்டுவது, சாலைகளை விரிவுபடுத்துவது ஆகிய வற்றுக்காக அப்புறப்படுத்தப்படும் அடித்தட்டு மக்களுக்கான மறுகுடியமர்த்தும் திட்டங்கள் அந்த மக்களுக்கு உதவிபுரியும் வகையில் இல்லை. துரைப்பாக்கம், பெரும்பாக்கம் முதலான பகுதிகளில் கண்ணகி நகர், எழில்நகர் முதலான குடியிருப்புகளை அமைத்து வெறும் 152 சதுர அடி அளவு பரப்பே உள்ள வீடுகள் அடங்கிய அடுக்குமாடி வீடுகளை அமைத்து ஆயிரக்கணக்கான குடிசை வாழ் குடும்பங்களைக் கொண்டு சென்று குடியேற்றியது அரசு. இந்த இடங்களில் உள்ள வசதிக் குறைவு, பெரியவர் களுக்கான வேலைவாய்ப்பு இழப்பு, குழந்தைகளின் படிப்பு தடைப்படுதல் முதலான பல்வேறு பிரச்சினைகளைப் பற்றி ஊடகங்களும் சமூக ஆர்வலர்களும் அரசு சாரா தொண்டு நிறுவனங்களும் பல முறை பேசிவிட்டன. ஆனால், அரசிடம் எந்தச் சலனமும் இல்லை.

அடித்தட்டு மக்கள் நகர்ப்புறங்களில் அனுமதி பெறாமல் குடியிருப்புகளை அமைத்துக்கொள்வது பிரச்சினைதான். போக்கு வரத்து நெருக்கடியும் உள்கட்டமைப்பு சார்ந்த நெருக்கடிகளும் கொண்ட நகரத்தில் இதுபோன்ற ஆக்கிரமிப்புகளை அனுமதிக்க இயலாது என்பதும் உண்மைதான். ஆனால், இவர்கள் இங்கே வந்து குடிசைகள் அமைத்துத் தங்குவதுவரையிலும் பொதுப் பணித் துறை அதிகாரிகள் என்ன செய்துகொண்டிருந்தார்கள் என்னும் கேள்விக்கு எந்த அரசும் பதில் சொன்னதில்லை. ஐந்து ஆண்டுகளுக்கு மேல் ஓரிடத்தில் தங்கிவிட்டால் அங்கே பட்டா கொடுத்துவிடலாம் என்னும் முடிவை எம்ஜிஆர் அரசு எடுத்தது. அடுத்தடுத்து வந்த அரசுகளும் இதைப் பின்பற்றின. இத்தகைய இடங்களில் வசிக்கும் உழைக்கும் மக்கள் சென்னை நகரின் இதர பிரிவினருக்கான பல்வேறு பணிகளுக்கு இன்றியமையாதவர்களாக இருக்கிறார்கள். அது மட்டுமல்ல, இவர்கள் கட்சிகளின் வாக்கு வங்கிகளாகவும் இருக்கிறார்கள். எல்லா விதங்களிலும் இவர்கள் சென்னை

நகரத்திற்குத் தேவைப்படுகிறார்கள். ஆனால், சென்னையை 'அழகுபடுத்த' வேண்டும் என்றாலும் சரி, பெருநிறுவனங் களுக்கான இடம் தேவை என்றாலும் சரி, பாலங்கள் முதலான உள்கட்டுமானப் பணிகளுக்கான இடம் தேவை என்றாலும் சரி, முதலில் பாதிக்கப்படுவது இந்த அடித்தட்டு மக்கள்தான். இதர ஆக்கிரமிப்புகள் பற்றி ஊடகங்களோ செயல்பாட்டாளர்களோ சில சமயம் நீதிமன்றங்களோ எவ்வளவுதான் பேசினாலும் அவை அரசின் காதுகளை எட்டுவதில்லை.

சர்வதேசத் தர அளவுகோல்கள்

அரும்பாக்கத்தில் குடியிருப்புக்ளை அகற்றும் வேலையைத் தற்காலிகமாக மாநகராட்சி நிறுத்தியிருக்கிறது. மாற்று ஏற்பாடுகள் முழுமை பெற்றதும் மீண்டும் இந்த வேலை தொடங்கிவிடும். நீர்நிலைகளிலோ இதர இடங்களிலோ குடியிருக்கும் அடித்தட்டு மக்கள் அங்கிருந்து நாங்கள் நகர மாட்டோம் என்று சொல்ல வில்லை. எங்களுக்கு உரிய மாற்று ஏற்பாடுகளைச் செய்து தாருங்கள் என்றுதான் கேட்கிறார்கள். இத்தகைய மறுகுடியமர்த் தலுக்குச் சர்வதேச அளவில் சில தர அளவுகோல்கள் உள்ளன. நகர எல்லைக்குள்தான் மாற்று ஏற்பாடுகள் செய்துதர வேண்டும் என்பது அவற்றில் முக்கியமானது. அவர்களுடைய வாழ்வாதாரம், மின்சாரம், குடிநீர், போன்ற வசதிகள், கல்வி, மருத்துவம் போன்ற தேவைகள் ஆகியவை நிறைவேறும் வகையில் மறுகுடியமர்வுத் திட்டங்கள் இருக்க வேண்டும். சென்னை மாநகராட்சி இவற்றைக் கணக்கில் எடுத்துக்கொண்டு செயல்பட்ட வேண்டும்.

ஆக்கிரமிப்புக்கான அப்பட்டமான சாட்சியாக எழுந்து நிற்கும் மாபெரும் கட்டிடங்களை இடிப்பது எந்த அரசுக்குமே எளிதாகச் சாத்தியமாகக்கூடிய செயல் அல்ல. ஆனால், குடிசைப் பகுதிகளை அகற்றுதல் எளிது. ஆனால், ஏற்கனவே பல விதமான துயரங்களில் உழலும் எளியவர்களின் வாழ்க்கையில் மேலும் நெருக்கடிகளை ஏற்படுத்தாமல் நகரத்தை அழகுபடுத்துவதும் அதன் உள்கட்டமைப்பை மேம்படுத்துவதும் மக்கள் நலன் நாடும் அரசின் தலையாய கடமைகளில் ஒன்று. சென்னையின் அழகு என்பது அதன் புறத் தோற்றத்தில் மட்டுமல்ல. ஏழை எளிய மக்களின் மீதான இத்தகைய பரிவும் அதன் அழகைக் கூட்டும். மாநில அரசும் மாநகராட்சியும் இதை நினைவில் கொள்ள வேண்டும்.

•

[14]

எனக்கும் இந்தி தெரியாது

அண்மையில் சென்னை உயர் நீதிமன்றத்தில் நடந்த நிகழ்வு இந்தியாவின் தீராத பிரச்சினைகளில் ஒன்றை மீண்டும் ஒரு முறை அடிக்கோடிட்டுக் காட்டியது.

சென்னையைச் சேர்ந்த வழக்கறிஞர் எம்.ஞானசேகரன் என்பவர் சென்னை உயர் நீதிமன்றத்தில் தொடர்ந்த வழக்கு அது. தகவல் அறியும் சட்டத்தின் கீழ் புதுவையில் நியமன எம்.எல்.ஏ.க்கள் தொடர்பான தகவல்களை ஒன்றிய அரசின் உள்துறை அமைச்சகத்திடம் கேட்டதாகவும், உள்துறை அமைச்சகம், தான் அனுப்பிய கேள்வி மனுவைத் திருப்பி அனுப்பியதுடன் இந்தியில் பதிலளித்ததாகவும் தெரிவித்திருந்தார். இந்தியில் பதில் தெரிவித்ததை எதிர்த்து ஞானசேகரன் வழக்கு தொடர்ந்துள்ளார்.

தனக்கு இந்தி மொழி தெரியாது என்றும் தனக்கு தமிழ், ஆங்கிலம் ஆகிய மொழிகள் மட்டுமே தெரியும் என்றும் கூறியுள்ள ஞானசேகரன், இந்தியில் வழங்கிய பதிலை ரத்து செய்ய வேண்டும் என்று கேட்டுக்கொண்டுள்ளார். தனக்குத் தெரிந்த மொழியில் மட்டுமே பதில் அளிக்க உத்தரவிட வேண்டும் என்று உயர் நீதிமன்றத்தில் தாக்கல் செய்த மனுவில் அவர் கோரியிருுந்தார்.

இந்த வழக்கு சென்னை உயர் நீதிமன்ற நீதிபதி வைத்தியநாதன் முன்பு ஜூலை 27 அன்று விசாரணைக்கு வந்தது. அப்போது வழக்கு ஆவணங்களைப் பார்த்த நீதிபதி வைத்தியநாதன், தனக்கும் இந்தி தெரியாது என்று தெரிவித்தார். இது குறித்து ஒன்றிய அரசு வரும்

ஆகஸ்ட் 16ஆம் தேதிக்குள் பதில் அளிக்க வேண்டும் என்று உத்தரவிட்டுள்ளார்.

இந்தப் பிரச்சினை ஏதோ ஒரு ஞானசேகரனுக்குத் தற்செயலாய் நேர்ந்ததல்ல. இந்தி தெரியாத பலருக்கும் இந்தியாவின் பல இடங்களிலும் பல தருணங்களிலும் ஏற்படும் அனுபவம்தான்.

'இந்தி தெரியாது போடா'

கடந்த ஆண்டு தமிழ்நாட்டில் 'இந்தி தெரியாது போடா' என்னும் 'ஹேஷ்டேக்' இணையத்தில் பெரும்போக்காக அலை வீசியது நினைவிருக்கலாம். திமுக எம்.பி , இந்தி மொழி தெரியாததால் சென்னை விமான நிலையத்தில் தனக்கு ஏற்பட்ட கசப்பான அனுபவம் ஒன்றை ட்விட்டரில் பதிவிட்டிருந்தார். இந்தி தெரியாது என்று அவர் கூறியதும், நீங்கள் இந்தியரா என்று விமான நிலைய அதிகாரி ஒருவர் தன்னிடம் கேட்டதாக ட்விட்டரில் பதிவிட்டிருந்தார்.

காங்கிரஸ் கட்சியைச் சேர்ந்த முன்னாள் நிதியமைச்சர் ப.சிதம்பரம், சூசூஇந்தி மொழி தெரியாததால் கனிமொழிக்கு ஏற்பட்டது போன்ற கசப்பான அனுபவம் எனக்கும் ஏற்பட்டிருக்கிறது' என்று கருத்து தெரிவித்தார்.

கடந்த ஆண்டு வார இதழ் ஒன்றுக்குப் பேட்டி அளித்த இயக்குநர் 2011ஆம் ஆண்டில் தனக்கும் இதுபோன்ற அனுபவம் ஏற்பட்டதைப் பகிர்ந்துகொண்டார். டெல்லி ஏர்போர்ட் இமிகிரேஷன் பிரிவில் இருந்தவர் வெற்றி மாறனிடம் இந்தியில பேசினார். 'ஸாரி... எனக்கு இந்தி தெரியாது' என்று வெற்றி மாறன் ஆங்கிலத்தில் சொன்னார். அதைக் கேட்டதும் அந்த அதிகாரிக்குக் கோபம் வந்துவிட்டது. 'நீங்கல்லாம் இப்படித்தான்... யூ தமிழன்ஸ், காஷ்மீரீஸ் ஆர் ஓன்லி பிரேக்கிங் திஸ் கன்ட்ரி... நீங்கல்லாம் தீவிரவாதிங்க' என்று கத்த ஆரம்பித்துவிட்டதாக வெற்றி மாறன் தெரிவித்திருந்தார்.

கடந்த மக்களவைப் பொதுத் தேர்தலுக்கு முன்பு தமிழ்நாடு, பாண்டிச்சேரியைச் சேர்ந்த பாஜக நிர்வாகிகளுடன் பிரதமர் மோடி காணொலிச் சந்திப்பை நடத்தினார். சுமார் இரண்டு மணிநேரம் நடந்த அந்தச் சந்திப்பில் மோடி முழுக்க முழுக்க ஆங்கிலத்திலேயே பேசினார். தமிழகத்திலும் பாண்டிச்சேரியிலும் உள்ள பாஜக நிர்வாகிகள் பலருக்கு இந்தி தெரியாது.

இவை அனைத்துமே வட இந்தியர்கள், மத்தியில் ஆட்சியில் இருப்பவர்கள் இந்தியை என்னவாக நினைக்கிறார்கள் என்பதற்கான எடுத்துக்காட்டுக்கள். மும்மொழிக் கொள்கை அமலில் இருந்தாலும் அவர்களைப் பொருத்தவரை ஒருமொழிக் கொள்கைதான். அதாவது இந்திதான் இந்தியாவின் மொழி. இந்தியாவின் பன்முகத்தன்மை பற்றியெல்லாம் தேசியத் தலைவர்கள் உணர்ச்சிகரமாகப் பேசுவார்கள். தமிழ் உள்ளிட்ட மொழிகளின் பெருமைகளைக்கூட எடுத்துக் கூறுவார்கள். ஆனால், தொடர்பு மொழி என்றால் அது இந்திதான், இந்தி மட்டும்தான். இதுதான் அவர்களுடைய அணுகுமுறை.

இது ஏதோ அவர்களுக்கு வசதியாக இருக்கிறது என்பதனால் அல்ல, தேவைப்பட்டால் எந்த மொழியையும் கற்றுக்கொள்ளும் திறமையும் முனைப்பும் பெரும்பாலானோருக்கு உண்டு. ஆனால், அவர்கள் உண்மையிலேயே இந்தியை இந்தியாவின் பிரதான மொழி என்று நினைக்கிறார்கள். இந்தியையும் இந்தியாவையும் பிரித்துப் பார்க்கவே அவர்களால் முடிவதில்லை. பிற மொழிகள் சார்ந்தும் அந்த மொழி பேசுவோரின் உணர்வுகள் சார்ந்தும் அவர்கள் யோசிப்பதாகவே தெரியவில்லை. அந்த அளவுக்கு அவர்கள் இந்தி(ய) பக்தியில் மூழ்கியிருக்கிறார்கள்.

தலைவர்கள், அதிகாரிகள் மட்டுமல்ல. சாமானிய மனிதர் களிடத்திலும் இதே அணுகுமுறையைக் காணலாம். வட இந்தியாவுக்குச் செல்லும் தமிழர்களுக்குப் பொதுவான அனுபவம் ஒன்று ஏற்படுவதுண்டு. அதுவும் இந்தி தெரியாத தமிழர்களுக்குக் கண்டிப்பாக ஏற்பட்டிருக்கும். இவர்கள் அங்கே இருப்பவர்களிடம் ஆங்கிலத்தில் ஏதாவது கேட்டால் இந்தியில் பதில் வரும். வேண்டுமென்று பிடிவாதமாக இப்படிச் செய்ய மாட்டார்கள். அவர்களில் பலருக்குப் பேச்சு என்றாலே தாய்மொழியில் பேசுவதுதான். ஆங்கிலம் உள்ளிட்ட மொழிகளில் உரையாடுவது என்பது, தொழில் சார்ந்த காரணங்களுக்கோ இந்தி தெரியாத மக்கள் வசிக்கும் பகுதிகளுக்குச் செல்லும்போதோ மட்டுமே அவர் களுக்குப் பழக்கம்.

இப்படி இந்தியில் பதில் சொல்பவர்களிடம் எனக்கு இந்தி தெரியாது, ஆங்கிலத்தில் பேசுங்கள் என்று சொன்னால் அவர்களுக்கு ஆங்கிலம் தெரிந்திருந்தால் ஆங்கிலத்தில் பதில் சொல்லக்கூடும். இல்லையேல் கையை விரித்துவிட்டுப் போய் விடுவார்கள். இந்த இரு தரப்பினருமே தவறாமல் செய்யும் ஒரு

காரியம் உண்டு. 'உனக்கு ஏன் இந்தி தெரியவில்லை' என்றோ, 'என்னது, இந்தி தெரியாதா?' என்றோ பொருள்படும்படியான ஒரு பார்வையை நம் மீது வீசுவார்கள். சிலர் வாய்விட்டே சொல்லிவிடுவார்கள். இந்தி பேசும் பகுதிகளில் ஆங்கிலத்தில் நம்மிடம் பேசுபவர்கள் சில சமயம் இப்படிக் கேட்பார்கள்: 'இந்தி நேஷனல் லேங்குவேஜ். அதை ஏன் கற்க மாட்டேன் என்கிறீர்கள்?'

இப்படிக் கேட்பவர்களில் பலர் இந்தி மொழி வெறியர்களோ அதீதமான மொழிப் பற்று மிகுந்தவர்களோ இல்லை. அவர்கள் உண்மையிலேயே இந்தி தேசிய மொழி என்றும் அதை இந்தியாவில் அனைவரும் படிக்க வேண்டும் என்றும் நம்புகிறார்கள். சிலர் அக்கறையோடு கேட்பார்கள், சில எரிச்சலோடு கேட்பார்கள். இந்த மதராசிகள் மட்டும் ஏன் இந்தி படிக்க இவ்வளவு கஷ்டப்படுகிறார்கள் என்னும் கேள்வி இந்தியைத் தாய்மொழியாகக் கொண்ட பலருக்கு இருக்கிறது. இந்த மனநிலைதான் கனிமொழியையும் வெற்றி மாறனையும் அவர்களைப் போல மேலும் பலரையும் இந்தியை முன்னிட்டு அவமானப்படுத்துகிறது. ஒதுக்குகிறது.

செப்பு மொழி பதினெட்டுடையாள் என்று பாரதியார் சொன்ன 18 மொழிகளுமே இந்தியாவின் என்று சட்டபூர்வமாக அங்கீகாரம் பெற்றவை என்பது இவர்களில் பலருக்குத் தெரியாது என்றே தோன்றுகிறது. நாடு முழுவதும் இருமொழிக் கொள்கையை வலியுறுத்திய தலைவர்களும் இந்தியைத் தொடர்பு மொழியாகப் பயன்படுத்த வேண்டும் என்று கருதினார்களே தவிர அது ஒன்றுதான் தேசிய மொழியாகக்கூடிய தகுதி பெற்ற மொழி என்று கருதவில்லை. இந்தியாவின் ஒற்றுமைக்கும் அதன் பன்முகத் தன்மையின் பாதுகாப்புக்கும் மிக நெருங்கிய தொடர்பு இருக்கிறது என்பதை உணராதவர்கள்தான் இந்தியை முன்னிறுத்திப் பிறரை ஒதுக்குவார்கள். தமிழகத்திலிருந்து வரும் கேள்விக்கு இந்தியில் பதில் சொல்வார்கள்.

கூடுதலாக ஒரு மொழியைத் தெரிந்துகொண்டிருப்பதில் பலன் உண்டு என்பது தமிழர்களுக்கோ பிறருக்கோ தெரியாததல்ல. ஆனால், இந்தியாவின் தொடர்பு மொழியாகத் தொடர்ந்து வலியுறுத்தப்பட்டுத் திணிக்கப்படும் இந்திக்கு அந்த இடத்தைக் கொடுத்துவிட்டால் அது இந்தி அல்லாத பிற மொழிகளுக்கு அடிக்கப்படும் சாவு மணியின் தொடக்கம் என்னும் யதார்த்தத்தைப் புரிந்துகொண்ட கூர்மைதான் இந்தியைப் பொது மொழியாக ஏற்க

விடாமல் தடுத்து நிறுத்திக்கொண்டிருக்கிறது. இந்தி கற்காதது அல்ல, இந்தி தெரியாதவர்கள் இந்தியர்கள் அல்ல என்னும் மனநிலைதான் இந்திய ஒற்றுமைக்குத் தடைக்கல். பிரதமர், ஒன்றிய அரசின் அதிகாரிகள், இந்தி பேசும் சாமானிய மக்கள் என அனைவரும் இதைப் புரிந்துகொள்ள வேண்டும்.

இந்தியைத் திணித்தால் ஏற்றுக்கொள்ள மாட்டோம் என்னும் குரல் நாடாளுமன்றத்திலும் மக்கள் மன்றத்திலும் ஒலிப்பதைத் தாண்டி இன்று நீதிமன்றத்திலும் ஒலிக்கிறது. எனக்கு இந்தி தெரியாது, என்னிடம் ஏன் இந்தியில் பதில் அனுப்புகிறீர்கள் என்று நீதிமன்றத்தில் எழும் குரல் சொல்லும் செய்தி இதுதான். இந்தி பேசாதோரைச் சீண்டும், சிறுமைப்படுத்தும் இந்த அணுகுமுறையை மாற்றிக்கொள்வதே அரசியல் சாசனத்திற்கும் ஜனநாயக மரபுக்கும் ஏற்ற செயல்முறை. அதுவே இந்திய ஒருமைப்பாட்டை வலுப்படுத்துவதற்கான சிறந்த வழிமுறை.

•

[15]

சத்துணவு செய்யும் அற்புதம்

நேச்சர் கம்யூனிகேஷன்ஸ் (Nature Communications) என்னும் ஆய்விதழில் அண்மையில் வெளியான ஆய்வுக் கட்டுரை ஒன்று தமிழகத்தின் சத்துணவுத் திட்டம், அதைப்போன்ற இதர மதிய உணவுத் திட்டங்கள் ஆகியவை குறித்த முக்கியமான சில முடிவுகளை முன்வைக்கிறது.

1993 முதல் 2016 வரையிலான காலகட்டத்தின் நிலவரங்களின்படி பள்ளிக்கூடங்களில் இலவச உணவு சாப்பிடும் குழந்தைகளில் உயரக் குறைபாடு என்னும் பிரச்சினை குறைந்திருப்பது தெரிய வந்துள்ளது.

அரசுப் பள்ளிகளில் உணவு உட்கொண்ட பெண்களுக்குப் பிறக்கும் குழந்தைகளில் வயதுக்கேற்ற உயரம் கொண்ட குழந்தைகளின் எண்ணிக்கை, அப்படி உட்கொள்ளாத பெண்களுக்குப் பிறக்கும் குழந்தைகளில் வயதுக்கேற்ற உய்ரம் கொண்ட குழந்தைகளின் எண்ணிக்கையைவிட அதிகமாக இருப்பதை அந்த ஆய்வு காட்டுகிறது. பள்ளிகளில் வழங்கப்படும் உணவானது அடுத்தடுத்த தலைமுறைகளுக்கு எப்படிப் பலனளிக்கிறது என்பதை இது காட்டுகிறது.

2005இல் மதிய உணவுத் திட்டம் அமலாக்கப்பட்ட இடங்களில் 2016ஆம் ஆண்டில் உயரக் குறைபாடுள்ள குழந்தைகளின் எண்ணிக்கை குறைந்துவிட்டது என்றும் இந்த ஆய்வு கூறுகிறது.

சத்துணவு என்னும் அருமருந்து

வாஷிங்டன் பல்கலைக்கழகத்தின் ஆய்வாளர்களால் சமர்ப்பிக்கப் பட்ட அந்த ஆய்வுக் கட்டுரை 2006 முதல் 2016வரையிலான காலகட்டத்தில் இந்தியாவில் பிறந்த குழந்தைகளின் வயதுக்கேற்ற உயரம் மேம்பட்டதில் பள்ளிகளின் மதிய உணவுக்கு 13 முதல் 32 சதவீதம் வரை பங்கு இருப்பதாகக் கூறுகிறது. குழந்தைகளின் உயரக் குறைபாட்டினைத் தீர்க்க அவர்களுடைய உடல்நலத்தில் கவனம் செலுத்தப்படுகிறது. ஆனால், தாய்மார்களின் உடல்நலம் குழந்தைகளின் ஆரோக்கியத்திற்கு முக்கியம் என்று சத்துணவு நிபுணர்கள் குறிப்பிடுகிறார்கள்.

பெண்கள் தாய்மார்களாவதற்குப் பல ஆண்டுகளுக்கு முன்பே அவர்களுடைய சுகாதாரத்தில் கவனம் செலுத்தப்பட்டால்தான் மகப்பேறின்போது அவர்களுடைய உடல் நலம் நன்றாக இருக்கும்; அவர்களுக்குப் பிறக்கும் குழந்தைகள் ஆரோக்கியமான இருக்கும் என்று இந்த ஆய்வு கூறுகிறது. பெண்கள் பள்ளிப் பருவத்தில் தங்களுடைய பள்ளிகளில் உணவு உட்கொள்வதற்கும் சில ஆண்டுகளுக்குப் பின் அவர்களுக்குப் பிறக்கக்கூடிய குழந்தைகளின் ஆரோக்கியத்திற்கும் தொடர்பு இருப்பதை இந்த ஆய்வு நிரூபிக்கிறது.

இந்தியாவில் கணிசமான அளவிலான பெண்கள் பள்ளிப் படிப்பை முடித்ததும் திருமணம் செய்துகொண்டு குழந்தை பெற்றுக் கொள்கிறார்கள். எனவே, குழந்தைகளின் நலனைக் காக்க வேண்டு மானால், பெண்கள் பள்ளிகளில் படிக்கும்போது அவர்களுக்குச் சத்தான உணவு கிடைக்க ஏற்பாடு செய்ய வேண்டும் என்று இந்த ஆய்வில் பணிபுரிந்தவர்களில் ஒருவரான பூர்ணிமா மேனன் கூறியிருக்கிறார்.

பெருந்தொற்றுக் காலத்தில் பள்ளிக்கூடங்கள் மூடப்பட்டபோது பள்ளிகளில் உணவு வழங்குவது நிறுத்தப்பட்டது. அரசாங்கங்கள் மக்களுக்கான நிவாரணமாகப் பணத்தையும் உணவு தானியங் களையும் கொடுத்தாலும் பள்ளிகளில் சமைத்துச் சூடாகக் கிடைக்கும் உணவின் தாக்கம் அதிகம். பல வீடுகளில் பெண் குழந்தைகளுக்கு எதிரான பாரபட்சம் இன்னமும் நிலவும் இந்தியாவில் வறிய குடும்பங்களைச் சேர்ந்த பெண்களுக்குப் பள்ளிகளில் கிடைக்கும் சத்துணவுக்கு இணையான உணவு வீடுகளில் கிடைப்பது அரிது என்பதையும் கணக்கில் எடுத்துக் கொள்ள வேண்டும்.

உயிர் காக்கும் இலவசங்கள்

பள்ளிகளில் வழங்கப்படும் சத்துணவு என்பது அந்தச் சமயத்தில் அதை உண்ணும் குழந்தைகளுக்கு மட்டுமின்றி, அடுத்த தலைமுறைக் குழந்தைகளுக்கும் பலனளிப்பது கண்கூடாகத் தெரிகிறது. இலவசங்களுக்கு எதிராகப் பொத்தாம் பொதுவாகக் கருத்து சொல்பவர்கள் இந்திய யதார்த்தத்தைக் கணக்கில் எடுத்துக்கொள்ளாமலேயே பெரும்பாலும் பேசுகிறார்கள். இலவசங்கள் மக்களைச் சோம்பேறிகளாக்குகின்றன என்று கருத்து சொல்பவர்கள் இலவசங்களை வாங்கிப் போட்டுக்கொண்டு கவலையில்லாமல் வீட்டில் உட்கார்ந்திருக்கும் மக்களைப் பற்றி ஏதேனும் ஆய்வு செய்திருக்கிறார்களா அல்லது அத்தகைய ஆய்வு எதையாவது சுட்டிக்காட்டுகிறார்களா என்றால் இல்லை. என்றாலும் 'இலவசம் சோம்பேறியாக்கும்' என்னும் கருத்தைச் சிலர் கிளிப்பிள்ளை போலச் சொல்லிக்கொண்டிருக்கிறார்கள்.

வாஷிங்டன் பல்கலைக்கழக ஆய்வு தமிழகத்தின் முன்னாள் முதல்வர் எம்ஜிஆரை நன்றியுடன் நினைவுகூர வைக்கிறது. தமிழ்நாட்டில் எண்பதுகளின் தொடக்கத்தில் எம்ஜிஆர் சத்துணவுத் திட்டத்தை அமல்படுத்தியபோதும் இதேபோன்ற விமர்சனங்கள் எழுந்தன. தொலைநோக்கற்ற திட்டம், மக்களைப் பிச்சைக் காரர்களாக்கும் திட்டம் என்றெல்லாம் பலரும் சாடினார்கள். ஆனால் எம்ஜிஆர் சிறிதும் அசராமல், பொருளாதார நெருக்கடி பற்றிக் கவலைப்படாமல் இந்தத் திட்டத்தை அமல்படுத்தினார். அதன் பலன்கள் அப்போது தெரியவில்லை. அடுத்த இருபது ஆண்டுகளில் பள்ளிக்குச் செல்லும் குழந்தைகளின் எண்ணிக்கை அதிகரித்தது. இடைநிற்றல் குறைந்தது. குழந்தைகளின் ஆரோக்கியம் கணிசமாக உயர்ந்தது. பள்ளிக் கல்வி கற்பவர்கள் அதிகமானதில் உயர் கல்வியில் சேருவோர் எண்ணிக்கை அதிகரித்தது. உயர் கல்வி கற்றவர்கள் எண்ணிக்கையும் வேலை வாய்ப்புக்கான திறன் பெற்றோர் எண்ணிக்கையும் கூடின.

அந்த ஒரு வேளை உணவு இப்படிப் பல்வேறு மாயங்களை நிகழ்த்திக் காட்டியது. சத்துணவுத் திட்டத்தின் சிறப்புகளை உலக வங்கி பாராட்டிய பிறகுதான் தமிழகத்திலேயே பலருக்கு அதன் அருமை புரிந்தது. அடுத்தடுத்து வந்த அரசுகள் சத்துணவில் பல்வேறு அம்சங்களைச் சேர்த்து அதை மேலும் பலனுள்ளதாக ஆக்கினார்கள். இந்தியாவில் பல மாநிலங்களும் பின்பற்றும் முன்னோடித் திட்டமாக இது விளங்குகிறது. தற்போது வாஷிங்டன்

பல்கலைக்கழகத்தின் ஆய்வு, இந்தத் திட்டத்தால் அடுத்த தலைமுறை எப்படிப் பயன் பெற்றுள்ளது எனபதைக் காட்டுகிறது.

சலுகை அல்ல, உரிமை

மக்கள் தாங்களாகவே தங்கள் உணவைப் பெறக்கூடிய வகையில் அரசு திட்டங்கள் தீட்டி நடைமுறைப்படுத்தினால் இலவசங்களுக்கு அவசியமே இருக்காதே என்று மேதாவித்தனமாகச் சிலர் வாதிடுவார்கள். அனைத்துத் தரப்பினரின் வருமானத்தையும் பெருக்கக்கூடிய பொருளாதாரத் திட்டங்களைத் தீட்டி அமல் படுத்துவது எனபது அரசின் முக்கியக் கடமை என்பதில் மறுப்பில்லை. ஆனால், இந்தியா போன்ற வளரும் நாடுகளில் இது எவ்வளவு சிக்கலான சவால், இதைச் செய்வதற்கு எத்தனை காலம் பிடிக்கும் என்பதையெல்லாம் யோசிக்க வேண்டும். வறுமையில் வாடும் குடும்பங்களின் குழந்தைகள் நாட்டின் ஒட்டுமொத்த வளர்ச்சி சாத்தியமாகும்வரை பட்டினி கிடக்க வேண்டியிருக்கும்.

வளர்ச்சி பெற்ற நாடுகளிலும் கல்வி உள்ளிட்ட சில அடிப்படை அம்சங்கள் இலவசமாக அளிக்கப்படுவது ஏன் என்று பார்க்க வேண்டும். பிரிட்டன் முதலான நாடுகளில் எல்லாக் குடும்பங் களுக்குமே குழந்தை நலன் பேணுவதற்கென்று பல்வேறு வகையில் அரசு உதவிகள் கிடைக்கின்றன. குழந்தைகளின் நலன் என்பதை அவர்களின் பெற்றோரின் பொறுப்பில் மட்டுமே விட்டுவிடுவது பொறுப்புள்ள அரசாங்கத்தின் அணுகுமுறையாக இருக்க முடியாது என்பதே இதற்குப் பின்னால் உள்ள சிந்தனை. குழந்தைகளின் நலனுக்காக பிரிட்டன் அரசு என்னென்ன உதவிகளைச் செய்திறது என்பதை அந்நாட்டு அரசின் இணைய தளத்தில் காணலாம். இப்படியெல்லாம் உதவிகள் செய்து பெற்றோரை ஏன் சோம்பேறி ஆக்குகிறீர்கள் என்று யாரும் அங்கே கேள்வி எழுப்பவில்லை.

முழுமையான, பரவலான வளர்ச்சிக்கான முயற்சி ஒருபுறம் நடந்துகொண்டிருக்கும்போதே இன்றைய நிலையைக் கணக்கில் எடுத்துக்கொண்டு மக்களின் நலன்களைச் சார்ந்த நலத் திட்டங்களையும் முன்னெடுக்க வேண்டியது அரசின் கடமை. தமிழ்நாடு போன்ற சில மாநிலங்கள் இதில் மிகவும் கவனமாக இருக்கின்றன. ஆரோக்கியமான குடிமக்களும் குழந்தைகளும் நாட்டின் சொத்துக்கள். சத்துணவு போன்ற திட்டங்கள் அரசின் உதவிகள் அல்ல; கடமைகள். இவை மக்கள் பெறும் சலுகைகள் அல்ல, உரிமைகள். ஏனென்றால் தேசத்தின் வளத்தில் அதன்

குடிமக்கள் ஒவ்வொருவருக்கும் பங்கு இருக்கிறது. சாமானிய மக்கள் உள்பட அனைத்து மக்களும் செலுத்தும் மறைமுக வரியானது அரசின் வருமானத்தில் பாதிக்கும் மேல் பங்களிக்கிறது.

இன்றைய தலைமுறையை மட்டுமின்றி நாளைய தலை முறையையும் காக்கும் விதை இத்தகைய திட்டங்களில் இருப்பதை வாஷிங்டன் பல்கலைக்கழக ஆய்வு நிரூபிக்கிறது. உணவுக் கிடங்குகளில் அபரிமிதமான உணவு வீணாகும் அதே நாட்டில் பட்டினியால் அதன் குடிமக்கள் வாடுவதும் மடிவதும் குரூரமான யதார்த்தங்கள். மக்கள் நலத் திட்டங்கள் இத்தகைய குரூரங்களைச் சற்றேனும் குறைக்கும் திறன் படைத்தவை என்பதை ஒருபோதும் மறந்துவிடக் கூடாது.

•

[16]

அதிமுக: ஊடக விவாதங்களிலிருந்து ஒதுங்குவது முறையா?

தமிழ்நாட்டின் பிரதான எதிர்க்கட்சியான அதிமுக, தொலைக்காட்சி விவாதங்களில் பங்கேற்பதில்லை என்று முடிவு செய்திருக்கிறது. இது தொடர்பாக அதிமுக ஒருங்கிணைப்பாளர் ஓ.பன்னீர்செல்வம், இணை ஒருங்கிணைப்பாளர் எடப்பாடி கே.பழனிசாமி இருவரும் அறிக்கை வெளியிட்டுள்ளார்கள். ஊடக விவாதங்களின் தன்மை குறித்து விமர்சித்துள்ள அவர்கள் இனி அதிமுக இந்த விவாதங் களில் பங்கேற்காது என்று கூறியிருக்கிறார்கள்.

'மக்களின் அடிப்படைத் தேவைகள், தினசரி பிரச்சினைகள் பல இருக்கின்றபோது அதைப் பற்றியெல்லாம் சிறிதளவும் கவலைப் படாமல் ஜனநாயகத்தின் அங்கங்களாக இருக்கக்கூடிய ஊடக நிறுவனங்கள் அதிமுக புகழுக்கு இழுக்கு ஏற்படுத்தும் வகையிலும் சிறுமைப்படுத்தும் நோக்கிலும் மனம் போன போக்கில் ஊடக அறிக்கை தொடர்பாகவும், கட்சித் தலைவர்களுக்கு களங்கம் ஏற்படுகின்ற விதத்திலும் விவாத தலைப்புகளை வைத்து நிகழ்ச்சியை தொடர்ந்து நடத்துவது உள்ளபடியே மனதிற்கு வருத்தத்தையும் வேதனையையும் அளிக்கிறது' என்பது அவர்களுடைய விமர்சனம்.

'மேற்சொன்ன காரணங்களால் ஊடக விவாதங்களில் அதிமுக சார்பில் கட்சி நிர்வாகிகளும் செய்தித் தொடர்பாளர் கட்சியை சார்ந்தவர் யாரும் இனி பங்கேற்க மாட்டார்கள் என்பதையும் எங்களைப் பிரதிநிதித்துவப்படுத்துவதாக கூறிக் கொண்டு யாரையும்

வைத்துப் பேசுவதை நிறுத்துமாறும் அன்புடன் கேட்டுக் கொள்கிறோம்' என்றும் அவர்கள் கூறியிருக்கிறார்கள். கட்சியின் பெயரை வேறு எந்த வகையிலும் பிரதிபலிக்கும்படி யாரையும் தங்கள் ஊடக வழியாக கருத்துக்களை தெரிவிக்க அழைக்கவும், அனுமதிக்க வேண்டாம் என்றும், வேறு யாரையும் அழைத்து அவர்களை அதிமுக என்று அடையாளப்படுத்த வேண்டாம் என்றும் அவர்கள் கேட்டுக்கொண்டிருக்கிறார்கள்.

புறக்கணிக்கும் உரிமை

விவாதங்களில் கலந்துகொள்ளும் உரிமையைப் போலவே கலந்துகொள்ளாமல் இருக்கும் உரிமையும் முக்கியமானதுதான். கருத்துச் சொல்லும் உரிமையைப் போலவே கருத்துச் சொல்லாமல் இருப்பதற்கான உரிமையும் ஒருவருக்கு வேண்டும்.

கருத்துச் சொல்லாமல் இருப்பதுகூட ஒரு கருத்துதான். 1991 முதல் 96 வரை பிரதமராக இருந்த நரசிம்ம ராவ் பல விஷயங்களில் மௌனத்தையே தன் செய்தியாகத் தருவார். பல பிரச்சினைகளில் முடிவெடுப்பதைத் தள்ளிப்போடுவார். முடிவெடுக்காமல் இருக்கிறார் என்னும் குற்றச்சாட்டு எழுந்தபோது அவர், 'முடிவெடுக்காமல் இருப்பதும் ஒரு முடிவுதான்' என்று சொல்லி விமர்சகர்களின் வாயை அடைத்தார்.

ஊடகர்களின் கேள்விகளை எதிர்கொள்ளும் பிரபலங்கள் சில கேள்விகளுக்கு நோ கமெண்ட்ஸ் என்று பதில் சொல்வார்கள். கருத்து இல்லை என்று இதற்குப் பொருள் இல்லை. கருத்து சொல்ல விரும்பவில்லை என்று பொருள். ஒரு பிரச்சினையில் கருத்து சொல்ல விரும்பாமல் இருப்பதும் ஒரு கருத்துதான். தயக்கம், கசப்பு, அச்சம், பிரச்சினை தவிர்த்தல் எனப் பல விதங்களில் புரிந்துகொள்ளக்கூடிய கருத்து இது.

எனவே அதிமுக ஊடக விவாதங்களில் கலந்துகொள்ள மறுக்கும் உரிமையை நாம் அங்கீகரிக்க வேண்டும். அதே சமயம் பொது வெளியில் இயங்கும் அமைப்பு என்னும் முறையில் நாம் அக்கட்சியிடம் சில கேள்விகளை முன்வைக்கலாம்.

கடமையைத் தவிர்ப்பது சரியா?

தமிழகத்தின் பிரதான எதிர்க்கட்சியான அதிமுக, மக்களுடன் பல விதங்களில் நேரடியாகத் தொடர்புகொள்கிறது. வாக்காளர்களில் கணிசமானோரின் ஆதரவைப் பெற்ற கட்சி என்னும் முறையிலும் தமிழகத்தைக் கிட்டத்தட்ட 30 ஆண்டுகள் ஆண்ட கட்சி என்னும்

முறையிலும் பொது வெளியில் பொதுப் பிரச்சினைகளில் தன் கருத்தையும் ஆலோசனைகளையும் முன்வைக்க வேண்டிய கடமை அக்கட்சிக்கு இருக்கிறது. ஊடக அறிக்கைகள், பேட்டிகள், சட்டமன்ற விவாதங்கள் முதலானவை மூலம் அதைச் செய்யலாம். ஊடக விவாதம் என்பவை செய்தித் தொலைக்காட்சிகளின் பெருக்கத்தால் விளைந்ததொரு மேடை. தங்கள் கருத்தை, ஆலோசனைகளை முன்வைக்க அந்த மேடையைப் பயன்படுத்திக் கொள்ள அரசியல் கட்சிகளுக்கு உரிமையும் கடமையும் இருக்கிறது. கிட்டத்தட்ட ஒவ்வொரு கட்சியுமே இதற்கெனச் சிலரை நியமித்திருக்கிறது. அதிமுகவிலும் அத்தகைய பேச்சாளர்கள் இருக்கிறார்கள். அவர்கள் விவாதங்களில் தங்கள் கருத்தை அழுத்தமாகவும் உரத்த குரலிலும் முன்வைத்துவருகிறார்கள். இந்தச் செயல்பாட்டை நிறுத்திக்கொள்ளக் கட்சித் தலைமை முடிவு எடுக்கிறது என்றால், மக்களுடன் தொடர்புகொள்வதற்கான முக்கியமானதொரு மேடையை அது முற்றாகப் புறக்கணிக்கிறது என்று பொருள். ஜனநாயக அமைப்பில் இத்தகைய முடிவை ஒரு கட்சி எடுக்கலாமா?

பொது மேடைகளில் பங்குபெறுவது என்பது கட்சிகளின் உரிமை மட்டுமல்ல. கடமையும்கூட. வாய்ப்பு கிடைக்கும் இடங்களில் எல்லாம் கட்சியின் கருத்தைச் சொல்லிக் கட்சிக்கு ஆதரவு திரட்டுவது என்பது எல்லாக் கட்சிகளும் மேற்கொள்ளும் செயல்பாடு. பொது விவாதங்களும் இத்தகைய வாய்ப்பை அளிக்கின்றன. அவற்றின் மூலம் கட்சியின் ஆதரவு தளத்தைக் கூட்டிக்கொள்ள முடியும் என்பது விவாதங்களின் ஒரு பகுதிதான். இன்னொரு பகுதி, காத்திரமான கருத்துக்கள் மூலம் பொது வெளியில் ஆக்கபூர்வமான சலனங்களை ஏற்படுத்தும் வாய்ப்பு.

நீட், மேகேதாட்டு, காவல்துறை வன்முறை முதலான பல பொதுப் பிரச்சினைகளில் ஒவ்வொரு கட்சியும் தன்னால் இயன்றவரை பொதுமக்கள் சார்ந்த கருத்துக்களையும் உணர்வுகளையும் முன்வைக்க வேண்டும். அவற்றுக்கான தீர்வுகளுக்கான ஆலோசனைகளையும் முன்வைக்க வேண்டும். தவறு எனத் தான் நினைக்கும் கருத்துக்கு எதிராகக் குரலெழுப்ப வேண்டும். இவையெல்லாம் அரசு நடவடிக்கைகளில் தாக்கம் ஏற்படுத்தும், மக்களிடையே விழிப்புணர்வை ஏற்படுத்தும் என்னும் நம்பிக்கையுடன் இவற்றைச் செய்வது தேர்தல் அரசியலில் ஈடுபட்டுள்ள கட்சிகளின் கடமை. இந்தக் கடமையைத் தட்டிக் கழிப்பது ஜனநாயகத்திற்கு நல்லதல்ல.

விவாதங்கள் பாரபட்சமாகவும் தங்களைச் சிறுமைப்படுத்துவ தாகவும் நடக்கின்றன என்று அதிமுக கருதுவதாக ஓபிஎஸ், ஈபிஎஸ் கூட்டறிக்கையிலிருந்து தெரிந்துகொள்ள முடிகிறது. எனில், அதையே ஒரு விவாதப் பொருளாக மாற்றும் வல்லமை அதிமுகவுக்கு இல்லையா? ஊடகங்கள் மீதான இந்த விமர்சனத்தை அந்த ஊடகங்களிலேயே முன்வைக்க வாய்ப்பு இருக்கும்போது அதைப் பயன்படுத்திக்கொள்ளாமல் அதிமுக ஒதுங்குவது ஏன்? தவிர, அதிமுகவிடமே ஊடகம் இருக்கிறது. அதிமுக சார்பாகவும் சில ஊடகங்கள் இருக்கின்றன. அங்கெல்லாம் இந்தக் குரலை ஒலிக்கச் செய்ய அக்கட்சி எடுத்துக்கொண்ட முயற்சிகள் என்ன?

'விவாதங்களில் பங்குபெறாமல் இருப்பது என்பது அதிமுகவின் உரிமை. ஆனால், ஊடகங்கள் மீது குறைசொல்லி இந்த முடிவை எடுத்திருப்பதுதான் கேள்விக்குரியது' என்கிறார் ஊடகவியலாளர் பிரியன். 'இன்று அதிமுகவில் நடக்கும் பிரச்சினைகள் எல்லோருக்கும் தெரிந்தவை. சசிகலா பிரச்சினை, கூட்டுத் தலைமையால் ஏற்படும் குழப்பம், ஒற்றைத் தலைமை வேண்டும் என்னும் தொண்டர்களின் கோரிக்கை என்பன போன்ற பிரச்சினைகள் அக்கட்சியில் உள்ளன. ஊடகங்கள் இவற்றை எல்லாம் விவாதப் பொருள் ஆக்கத்தான் செய்யும். இந்த விவாதங்களில் கலந்துகொள்வதும் கொள்ளாததும் அவர்கள் விருப்பம். ஆனால், இவற்றை விவாதிக்கவே கூடாது என்று சொல்வது தவறு' என்று சொல்லும் பிரியன் திமுகவில் உட்கட்சிப் பூசல்கள் இருந்தபோதும் அதை ஊடகங்கள் விவாதப் பொருளாக்கியதைச் சுட்டிக் காட்டுகிறார்.

விவாதங்களில் கலந்துகொள்ளாமல் இருப்பது அதிமுகவுக்குத்தான் நஷ்டம் என்றும் பிரியன் கருதுகிறார். 'சசிகலா, உட்கட்சிப் பூசல் முதலான விவகாரங்களைப் பற்றிய விவாதங்களில் கலந்துகொள்ள மாட்டோம். நீட், மேகேதாட்டு, தடுப்பூசி முதலான பொதுப் பிரச்சினைகளில் கலந்துகொண்டு கருத்துச் சொல்வோம் என்று அதிமுக முடிவெடுக்கலாம். அதை விட்டுவிட்டு ஒட்டுமொத்தமாக ஊடக விவாதங்களைப் புறக்கணித்தால் அதனால் நஷ்டம் அதிமுகவுக்குத்தான்' என்கிறார் பிரியன்.

விவாத விஷயத்தில் அதிமுக ஊடகங்களைக் குறை சொல்வது தவறு என்றும், விவாதங்களில் பங்குபெறுவதில்லை என்னும் நிலையை அது மறுபசீலனை செய்ய வேண்டும் என்றும் பிரியன் கூறுகிறார். பொதுப் பிரச்சினைகள் குறித்த விவாதங்களில்

கலந்துகொள்ளும் கடமை பிரதான எதிர்க்கட்சியான அதிமுகவுக்கு இருக்கிறது என்று அவர் வலியுறுத்துகிறார்.

'அதிமுக புகழுக்கு இழுக்கு ஏற்படுத்தும் வகையிலும் சிறுமைப்படுத்தும் நோக்கிலும் மனம் போன போக்கில் ஊடக அறிக்கை தொடர்பாகவும், கட்சித் தலைவர்களுக்கு களங்கம் ஏற்படுகின்ற விதத்திலும் விவாத தலைப்புகளை' ஊடகங்கள் முன்னெடுப்பதாக ஓபிஎஸ், ஈபிஎஸ் கூட்டறிக்கை கூறுகிறது. விவாத நிகழ்ச்சிகளைத் தொடர்ந்து பார்ப்பவர்கள் இது அபாண்டமான குற்றச்சாட்டு என்றே கருதுவார்கள். அதிமுக விவகாரங்களும் விவாதத்திற்கு எடுத்துக்கொள்ளப்படுகின்றன என்பதே உண்மை. பிரியன் சொல்வதுபோல இவற்றில் மட்டும் கலந்துகொள்ள மாட்டோம் என்று அதிமுக முடிவெடுக்கலாம்.

சங்கடங்கள் புதிதல்ல

விவாதங்களில் தன்னை நடத்தும் விதம் பற்றிக் குறைப்பட்டுக் கொள்ளும் அதிமுக, விவாதங்களில் தான் நடந்துகொள்ளும் விதம் குறித்தும் சுயபரிசோதனை செய்துகொள்ள வேண்டும். அரசியல் நிர்ப்பந்தங்களால் ஒருசில பிரச்சினைகளில் மழுப்பலாகப் பதில் சொல்ல வேண்டியிருக்கலாம். இன்றைய ஆளுங்கட்சியை ஏதேனும் ஒரு பிரச்சினையில் விமர்சித்தால் நீங்கள் ஆட்சியில் இருந்தபோது என்ன செய்தீர்கள் என்னும் கேள்வியை எதிர் கொள்ளத்தான் வேண்டியிருக்கும். அதுபோன்ற சங்கடங்களைத் தவிர்க்கவே அதிமுக இத்தகைய முடிவை எடுத்திருக்கிறது என்னும் குற்றச்சாட்டு எழவும் இது வழிவகுக்கும்.

சட்டமன்றம், நீதிமன்றம், பொது மேடைகள் எனப் பல்வேறு அரங்குகளில் விமர்சனங்களையும் குற்றச்சாட்டுக்களையும் எதிர்கொள்வது அரசியல் கட்சிகளுக்குத் தவிர்க்க இயலாதவை. இதுபோன்ற பிரச்சினைகளில் சங்கடம் வரத்தான் செய்யும் என்பது ஒருபுறம் இருக்க, பொதுப் பிரச்சினைகள் குறித்த விவாதங்களில் அதிமுக அளிக்கும் பங்களிப்பு சொல்லிக்கொள்ளும்படி இல்லை. அது பற்றியும் அதிமுக கவனம் செலுத்த வேண்டும்.

எந்த மன்றத்திலாவது தனக்கு எதிரான பாரபட்சம் இருக்கும் என ஒரு கட்சி நினைத்தால் அதை உரிய முறையில் எதிர்கொள்ள வேண்டுமே தவிர, என்னை விட்டுவிடுங்கள் என்று ஒதுங்குவது கடமையிலிருந்து வழுவுவதாகவே அமையும். அதுவும் பிரதான எதிர்க்கட்சி அப்படிச் செய்வது ஜனநாயகத்திற்கு நல்லதல்ல.

•

[17]

லியோனி பதில் சொல்ல வேண்டிய கேள்விகள்

அரசியல் மேடைகளிலும் பொது நிகழ்ச்சிகளிலும் நடந்துவந்த அரசியல் சொற்போர் சமூக ஊடகங்களுக்கு இடம்பெயர்ந்து பல ஆண்டுகள் ஆகின்றன. கொரோனா பொதுமுடக்கம் காரணமாகக் கிட்டத்தட்ட இரண்டு மாதங்கள் ஊரடங்கு அமலில் இருந்த நிலையில் பலரும் சமூக ஊடகத்திலேயே வாசம் செய்வதால் இந்தப் போக்கு அதிகரித்திருக்கிறது. அரசியல் யுத்தங்கள் ஒப்போதெல்லாம் சமூக ஊடகங்களையே மையம் கொண்டிருக் கின்றன. பட்டிமன்றப் பேச்சாளரான திண்டுக்கல் ஐ. லியோனி தமிழ்நாடு பாடநூல் நிறுவனம் மற்றும் கல்வியியல் பணிகள் கழகத்தின் தலைவராக நியமிக்கப்பட்டிருப்பது குறித்த சர்ச்சையும் சமூக ஊடகங்கள் வாயிலாகவே தொடங்கி நடந்துவருகிறது.

பதவிக்கே அவமதிப்பு?

லியோனியின் நியமனத்திற்குப் பாமக தலைவரும் முன்னாள் மத்திய அமைச்சருமான அன்புமணி கண்டனம் தெரிவித்துள்ளார். பெண்களை இழிவுபடுத்திப் பேசுவதையே லியோனி பிழைப்பாகக் கொண்டிருக்கிறார். இப்படிப்பட்ட ஒருவரை இந்த பதவியில் அமர்த்துவதை விட அப்பதவியை மோசமாக அவமதிக்க முடியாது என்று கூறியுள்ளார்.

‘பெண்களின் இடுப்பு, மடிப்பு பற்றி பேசுபவருக்கு படிப்பு பற்றி என்ன தெரியும்? பாடநூல் நிறுவனத்தின் பணி அறிவை வளர்க்கும்

பாடநூல்களை தயாரிப்பதாகும். லியோனி தலைமையில் தயாரிக்கப்படும் பாடநூல்களை படிக்கும் மாணவர்களின் கதி என்னவாகும்?' என்று கேட்கும் அன்புமணி, 'திண்டுக்கல் லியோனி சிறந்த ஆசிரியராம். அவரது கடந்த காலப் பேச்சுகளைக் கேட்டவர்கள் எவரும் இதை நம்ப மாட்டார்கள்' என்று சொல்கிறார். பாடநூல் நிறுவனத் தலைவர் என்ற புனிதமான பதவியிலிருந்து லியோனியை நீக்கிவிட்டு, தகுதியான கல்வியாளர் ஒருவரை அரசு அமர்த்த வேண்டும் என்றும் அன்புமணி கூறியுள்ளார்.

எதிர்க்கட்சி முகாமைச் சேர்ந்த ஒருவரின் விமர்சனம் என்று இதை ஒதுக்கிவிட முடியாது. லியோனி பட்டிமன்றங்களிலும் அரசியல் மேடைகளிலும் நகைச்சுவை என்னும் பெயரால் பெண்களை இழிவுபடுத்திப் பேசக்கூடியவர் என்பதில் ஐயமில்லை. குறிப்பாகப் பெண்களின் உடலமைப்பு, உடை ஆகியவை பற்றி மிகவும் மோசமாக அவர் பேசிய பேச்சுக்களின் காணொலிகள் இணையத்தில் இருக்கின்றன. அண்மையில் தேர்தல் பிரச்சாரக் கூட்டத்தில் அவர் பேசிய அத்தகையதொரு பேச்சு பரவலாகக் கண்டனங்களைப் பெற்றது. அவர் யாரை ஆதரித்து அந்தக் கூட்டத்தில் பேசினாரோ அந்த வேட்பாளரே (திமுக வேட்பாளர் கார்த்திகேய சிவசேனாதி) அந்தப் பேச்சுக்குப் பகிரங்கமாக வருத்தம் தெரிவிக்க வேண்டியதாயிற்று.

பெண்களை இழிவுபடுத்தும் வழக்கம்

லியோனி இப்படிப் பேசுவது புதிதல்ல. பட்டிமன்றங்களின் ஆகிவந்த வழக்கப்படிப் பெண்களை இழிவுபடுத்தும் ஜோக்குகளை அவர் அள்ளிவிடுவார். மேற்படிப் பிரச்சாரக் கூட்டத்தில் பெண்களின் உடலமைப்பு குறித்துப் பேசியது சர்ச்சையானது. ஆனால், அதே கூட்டத்தில் ஒரு மூதாட்டியைக் குறித்து அவர் பேசியது கவனிக்கப்படாமல் போயிற்று. அதுவும் நாகரிகமற்ற முறையில் பெண்களைக் குறிப்பிடும் பேச்சுதான். எனவே, லியோனியைப் பற்றி அன்புமணி இத்தகைய ஆட்சேபத்தை முன்வைப்பதிலும் சமூக வலைதளங்களில் பலரும் லியோனியின் பேச்சுக்களை விமர்சிப்பதிலும் வியப்பில்லை.

அதே சமயம் லியோனிக்கு ஆதரவான குரல்களும் சமூக வலைதளங்களில் எழுகின்றன. 'தமிழ்நாடு பாடநூல் நிறுவனத்தின் தலைவராகத் திண்டுக்கல் லியோனி நியமிக்கப்பட்டிருக்கிறார். பட்டிமன்றப் பேச்சாளர், திமுக பேச்சாளர் என்ற பிம்பத்தின் மீதான

பொதுப்புத்தி வன்மத்துடன் சிலர் இதைக் கிண்டல் செய்கிறார்கள். லியோனி அடிப்படையில் ஓர் அறிவியல் ஆசிரியர். பல ஆண்டுகாலம் திண்டுக்கல் புனித மரியன்னை மேல்நிலைப் பள்ளியில் பணிபுரிந்தவர். எழுத்தறிவைப் பரப்பும் அறிவொளி இயக்கம் தொடங்கப்பட்டபோது அதைத் திண்டுக்கல்லின் மூலைமுடுக்கெல்லாம் கொண்டுசேர்த்தவர். அவரைவிட இந்தப் பதவிக்குத் தகுதியானவர் யார்?' என்று கேட்கிறார் எழுத்தாளர் சுபகுணராஜன்.

லியோனியின் பேச்சில் இருக்கும் சாதிமறுப்பு, மூடநம்பிக்கை ஒழிப்பு ஆகியவற்றைக் குறிப்பிடும் சுபகுணராஜன், 'ஒடுக்கப்பட்ட பின்னணியில் பிறந்து மக்கள் மொழியில் முற்போக்குக் கருத்துகளைப் பேசிய ஓர் அறிவியல் ஆசிரியர். இவர் பொருத்த மில்லாதவர் என்பவர்கள் அறியாமையால் பீடித்தவர்கள்' என்கிறார். பெண்களைப் பற்றி ஆட்சேபத்திற்குரிய முறையில் லியோனி பேசியது குறித்து சுபகுணராஜன் எதுவும் சொல்ல வில்லை.

திண்டுக்கல் லியோனி அன்புமணியின் கருத்துக்கு பதில் சொல்லியிருக்கிறார். பெண்களை இழிவுபடுத்திப் பேசியதாகக் கூறியதற்குத் தான் பல முறை கருத்து கூறியுள்ளதாகவும், முன்னாள் முதலமைச்சரையும் அன்புமணி ராமதாஸ் இழிவாக பேசியுள்ள தாகவும், அதை ஒப்பிடுகையில் இந்த கருத்து பெரியது அல்ல என்றும் லியோனி கூறினார்.

லியோனி செய்ய வேண்டியது என்ன?

நகைச்சுவை என்னும் பெயரால் பெண்கள் இழிவுபடுத்தப்படுவது இயல்பாக உள்ள நமது சமுதாயத்தில் லியோனியை மட்டும் தனிமைப்படுத்திப் பார்க்க முடியாது. அவருடைய இத்தகைய பேச்சுக்களை மட்டும் வைத்துக்கொண்டு அவருடைய ஆசிரியப் பணி, அறிவொளி இயக்கத்திற்கு அவர் அளித்த பங்கு ஆகிய வற்றைக் குறைத்து மதிப்பிடுவதிலும் நியாயம் இல்லை. ஆனால் ஆசிரியராகவும் அறிவொளி இயக்கச் செயல்பாட்டாளராகவும் இருந்த ஒருவர் பெண்கள் விஷயத்தில் எத்தகைய கண்ணோட்டம் கொண்டிருக்கிறார் என்பதும் முக்கியமானதுதான்.

வெறும் நகைச்சுவைப் பேச்சு என்றும் மேடைப்பேச்சை சுவாரஸ்யமாக்கும் உத்தி என்றோ இதை அலட்சியப்படுத்திவிட முடியாது. பாலினச் சமத்துவம் என்பது முற்போக்குக்

கண்ணோட்டத்தில் முக்கியமானதொரு பகுதி. பொது வெளியில் புழங்கும் சில சொற்களுக்குப் பின்னால் சாதி, மதம், பாலினம் சார்ந்த இழிவான கண்ணோட்டம் இருப்பதை உணர்ந்து அவற்றைக் கவனமாகத் தவிர்க்க வேண்டியதும் முற்போக்காளரின் முக்கியமான கடமை. தான் தவிர்ப்பது மட்டுமின்றிப் பிறரும் அவற்றைத் தவிர்ப்பதற்கான வலியுறுத்தலை மேற்கொள்ள வேண்டிய கடமையும் முற்போக்காளருக்கு இருக்கிறது.

முற்போக்காளராகக் கருதப்படும் லியோனி, பெண் இழிவுப் பேச்சுக்களை நகைச்சுவை என்ற பெயரால் கடைபரப்புவது நிச்சயம் விரும்பத்தக்கதல்ல. ஆசிரியர், முற்போக்குச் செயல் பாட்டாளர் என்ற முறையில் இத்தகைய பேச்சுக்களால் பெண்களின் மனம் புண்படக்கூடும் என்பது குறித்த பிரக்ஞை அவருக்கு இருந்தாக வேண்டும். அது இல்லை என்பது மட்டுமல்ல, அதைப் பற்றிக் கவலையேபடாமல் தொடர்ந்து அவர் அப்படிப் பேசிவருவது கண்டிக்கத்தக்கது. இத்தகைய போக்கு கொண்டவர் பாட நூல் உருவாக்கத்தில் பங்குபெறுவார் என்றால் அது குறித்து எதிர்ப்பு எழுவது இயல்புதான். பாடநூல்களில் சாதி, மதம், நிறம், பாலினம் ஆகியவை குறித்த பழமைவாதக் கருத்துக்கள் இருக்கின்றன. அவற்றை நீக்க வேண்டிய பொறுப்பில் இருக்கும் ஒருவர் இத்தகைய பேச்சுக்களுக்குப் பேர்போனவராக இருப்பது ஆரோக்கியமானதல்ல.

பாலினச் சமத்துவம், பாலினம்சார் நுண்ணுணர்வு, இழிவு படுத்தலின் மாறுபட்ட பரிமாணங்கள் ஆகியவை குறித்து லியோனி ஆழமாகச் சிந்திக்க வேண்டும். பெண்களின் நிலையிலிருந்து இத்தகைய பேச்சுக்களை நோக்க அவர் முயற்சி செய்ய வேண்டும். பெண்களை இழிவுபடுத்திப் பேசிவந்ததற்காக வெளிப்படையாக வருத்தம் தெரிவிக்க வேண்டும். நியாயப்படுத்தும் முனைப்பு எதுவும் இன்றி, அத்தகைய பேச்சுக்களால் புண்பட்டிருக்கக்கூடிய பெண்களை மனதில் கொண்டு இதை அவர் செய்யலாம்.

அதிமுகவுக்குத் தகுதி உண்டா?

லியோனி நியமனத்தை மறுபரிசீலனை செய்யுமாறு அதிமுக ஒருங்கிணைப்பாளரும் முன்னாள் துணை முதலமைச்சருமான ஓ.பன்னீர்செல்வம் கோரியுள்ளார். மேடைகளில் தரக்குறைவான பேச்சுக்களுக்குப் பேர்போன வளர்மதியை இதே பதவியில் நியமனம் செய்திருந்த அதிமுகவுக்கு இதைப் பற்றிப் பேசத் தகுதி இல்லை. அதிமுகவினர் இத்தகைய கோரிக்கையை முன்வைப்பதே

நியாயமான காரணங்களுக்காக எழும் இத்தகைய குரல்களைப் பலவீனப்படுத்தவே உதவும்.

அதிமுக செய்ததை வைத்துத் தங்கள் செயல்களை நியாயப்படுத்தும் முயற்சியில் இறங்காமல் திமுக இதுபோன்ற விஷயங்களில் நல்ல முன்னுதாரணங்களை உருவாக்க வேண்டும். அப்போதுதான் இதுபோன்ற பதவிகளின் மரியாதை மீட்டெடுக்கப்படும்.

●

[18]

பிகினி அணியாதிருக்கும் உரிமை

டோக்கியோவில் நடைபெறும் ஒலிம்பிக் போட்டிகளில் வித்தியாசமான கோரிக்கை ஒன்று எழுந்திருக்கிறது. ஜிம்னாஸ்டிக் போட்டிகள் பெண்களின் உடலைப் பாலியல் ரீதியில் காட்சிப் பொருளாக்கும் நிகழ்வாக மாறிவிட்டது என்று கலகக் குரலை எழுப்பியிருக்கிறார்கள் ஜெர்மனியைச் சேர்ந்த ஜிம்னாஸ்டிக் வீராங்கனைகள்.

ஜிம்னாஸ்டிக் போட்டிகள் தங்களது திறமையைக் காட்டுவதற்காகத்தானே தவிர உடலழகைக் காட்டுவதற்கு அல்ல என்று முடிவெடுத்த அவர்கள் முதல் கட்டமாக தங்களது உடை மூலமாக எதிர்ப்பைப் பதிவு செய்திருக்கிறார்கள்.

ஜிம்னாஸ்டிக் போட்டிகளில் பங்கேற்கும் பெண்கள் பிகினி உடையை அணிவது வழக்கம். ஒரு சில சமயங்களில் மதக் காரணங்களுக்காகவும் மரபு சார்ந்த காரணங்களுக்காகவும் இந்த உடையில் சில மாற்றங்களைச் செய்து பெண்கள் ஜிம்னாஸ்டிக்ஸில் பங்கேற்றிருக்கிறார்கள். இதற்கு சர்வதேச ஜிம்னாஸ்டிக் கூட்டமைப்பு அனுமதி வழங்கியிருக்கிறது. எனினும், பொதுவாக பிகினி உடை அணிந்துதான் ஜிம்னாஸ்டிக்ஸ் போட்டிகளில் பெண்கள் கலந்துகொள்கிறார்கள்.

ஜிம்னாஸ்டிக்ஸ் போட்டிகளில் கலந்துகொள்ளும் ஆண்கள் தாங்கள் பங்கேற்கும் போட்டிகளின் பிரிவுக்கு ஏற்றவாறு அரைக்கால்

சட்டையோ, முழுக்காலையும் மறைக்கும் ஆடையோ அணிந்துகொள்கிறார்கள். முழுக் கால்களையும் மறைக்கும் அல்லது மறைக்காத ஆடை அணிய வேண்டும் என்னும் வழக்கமோ விதியோ ஆண்களுக்கு இல்லை.

இந்தப் பின்னணியில்தான் ஜெர்மானிய வீராங்கனைகள் எதிர்ப்புக் குரல் எழுப்பியிருக்கிறார்கள். இடுப்புக்குக் கீழே கால் பகுதியை முழுமையாக மூடும் வகையிலான ஆடையை அணிந்தபடியே அவர்கள் டோக்கியோ ஒலிம்பிக் போட்டிகளில் பங்கெடுத்திருக் கிறார்கள். ஜெர்மனி ஜிம்னாஸ்டிக் வீராங்கனைகள் இத்தகைய உடையுடன் ஒலிம்பிக் போட்டிகளில் கலந்துகொள்வது இதுவே முதல் முறையாகும்.

பெண்ணின் உடைச் சுதந்திரம் என்பது தான் விரும்பும் உடையை அணிவதற்கு அப்பெண்ணுக்கு இருக்க வேண்டிய சுதந்திரம். வசீகரமான உடை அணிய ஒரு பெண்ணுக்குப் பிடிக்கும் என்றால் அதற்கான சுதந்திரம் அவருக்கு இருக்க வேண்டும் என்பதைப் போலவே அத்தகைய உடை ஒரு பெண்ணுக்குப் பிடிக்காது என்றால் அதை அணிவதற்கான கட்டாயத்திற்கு அவரை உட்படுத்தக் கூடாது என்பதும் முக்கியம். இதுவும் ஆடைச் சுதந்திரத்தில்தான் வரும்.

பண்டமாக்கப்படும் பெண் உடல்

விளையாட்டுப் போட்டிகளில் பெண்கள் பங்கேற்கும் விதம், போட்டிகள் தொலைக்காட்சிகளில் ஒளிபரப்பாகும்போது அதில் ஈடுபடுபவர்கள் எப்படிக் காட்டப்படுகிறார்கள் என்பவை பல சமயங்களில் கேள்விக்குள்ளாகியிருக்கின்றன. பெண்களின் உடல் காட்சிகள் பாலியல் ரீதியாகத் தவறாகப் பயன்படுத்தப்படுவது குறித்துப் பெண்ணியவாதிகள் கவலையும் எதிர்ப்பும் தெரிவித்து வருகிறார்கள். Sexploitation of female athletes, அதாவது, பெண் தடகளப் போட்டியாளர்களைப் பாலியல் ரீதியாகத் தவறாகப் பயன்படுத்துவது குறித்துப் பல கட்டுரைகள் எழுதப்பட்டுள்ளன.

போட்டிகளில் கலந்துகொள்ளும் பெண்களின் உடல்களை ஒளிப்பதிவுக் கருவிகள் வெவ்வேறு கோணங்களில் படம் பிடிக்கின்றன. பிறகு அவர்களுடைய உடல் அங்கங்களைப் பல விதமாக வெளிப்படுத்தும் படங்கள் ஊடகங்களில் வெளியா கின்றன. பயிற்சி செய்யும்போதோ விளையாடும்போதோ பெண்களின் உடல் பல விதமான அசைவுகளுக்கும் உள்ளாகும்.

அவற்றில் சில அசைவுகளும் கோணங்களும் ஊடகங்களில் வெளியாகும்போது அவை பாலியல் ஈர்ப்பைக் கொண்டவையாகத் தோற்றம் கொண்டிருக்கும்.

பெண் உடலைப் பல விதங்களில் சித்தரித்து அதை விற்பனைப் பண்டமாக்குவது என்பது திரைப்படம், விளம்பரம் போன்ற துறைகளில் பழக்கமாக உள்ளது. இத்துறைகளில் உள்ள பெண்களுக்கும் இது பற்றித் தெரியும். அந்தத் துறைகளில் இருக்கும் பெண்களுக்கு எந்த அளவுக்குத் தங்கள் உடல் வெளிப்படலாம் என்பதைத் தீர்மானிக்கும் உரிமையும் வாய்ப்பும் சட்டபூர்வமாக இருக்கிறது. தங்கள் விருப்பத்தைச் சொல்லித் தங்கள் தீர்மானத்தை அமல்படுத்தும் வாய்ப்பு அந்தப் பெண்களுக்கு இருக்கிறது.

ஆனால், விளையாட்டுத் துறையில் இருக்கும் பெண்களுக்கு இந்த வாய்ப்பு இல்லை. இப்படிப் படம் பிடிக்கப்படுகிறோம் என்பது அந்தப் பெண்களுக்குப் பல சமயங்களில் தெரியவே தெரியாது. அது எப்படிப் பயன்படுத்தப்படும் என்பதும் அவர்கள் கையில் இல்லை. அவர்களுடைய அனுமதியே இல்லாமல் விளையாட்டுக் காட்சிகள் என்னும் பெயரால் அவர்களுடைய உடல்கள் பாலியல் ஈர்ப்புக்கான உள்ளடக்கங்களாக ஊடகங்களால் பயன்படுத்தப்படுகின்றன. எனவே இது அப்பட்டமான அத்துமீறல்.

உடலை முன்னிறுத்தும் கலாச்சாரம்

விளையாட்டுப் போட்டிகளில் கலந்துகொள்ளும் பெண்களின் விளையாட்டுத் திறனைக் காட்டிலும் அவர்களுடைய உடல் வனப்பை முன்னிறுத்தும் ஊடகக் கலாச்சாரம் பரவலாக இருக்கிறது. பெண்ணுடலைக் காண்பதில் கிளுகிளுப்பு அடையும் ஆண் கண்களுக்கான தீனியாக இந்தப் படங்கள் பயன் படுத்தப்படுகின்றன. இது அப்பட்டமான அத்துமீறல். இதை செக்ஸ்பிலாய்டேஷன் (Sexploitation) என்று குறிப்பிடுகிறார்கள். பெண் உடலைப் பாலியல் ரீதியாகப் பயன்படுத்திக்கொள்வது என்று இதைச் சொல்லலாம்.

வசீகரமானதாகக் கருத்தப்படும் உடலமைப்பு இல்லாத பெண்கள் போட்டிகளிலிருந்து விலக்கப்படும் சூழலுக்கும் இது வித்திடுகிறது. அன்னா கோர்னிகோவா என்னும் டென்னிஸ் வீராங்கனை பெரிதாக எந்தப் போட்டியையும் வென்றதில்லை. ஆனால், அவர் மிகவும் பிரபலமான டென்னிஸ் நட்சத்திரம்.

ஊடகங்களும் பொதுக் கருத்துக்களும் அவருடைய டென்னிஸ் ஆட்டத் திறனைக் காட்டிலும் அவரு உடல் சார்ந்த கவர்ச்சிக்கே அதிக முக்கியத்துவம் கொடுக்கின்றன. ஊடகங்களின் இந்தப் போக்கு அன்னாவைப் போன்ற உடலமைப்போ அழகோ இல்லாத பல பெண்களை டென்னிஸ் களத்திலிருந்து ஒதுக்கும் சூழலை ஏற்படுத்திவிடுகிறது.

இந்தப் போக்கை எதிர்த்துப் பெண்ணுரிமைவாதிகள் பல காலமாகக் குரல் கொடுத்துவருகிறார்கள். இப்போது போட்டிகளில் கலந்து கொள்ளும் பெண்கள் இதற்கான எதிர்ப்பை வெளிப்படையாகப் பதிவுசெய்ததுடன் தங்கள் விருப்பப்படியான உடைகளை அணிந்துகொண்டு போட்டிகளில் பங்கேற்றிருக்கிறார்கள்.

ஆண்களின் போட்டிகளுக்கு இணையாகப் பெண்களின் போட்டிகளைக் காணும் மனமில்லாத சமூகத்தின் கவனத்தைக் கவருவதற்காகவே பெண்கள் போட்டிகளில் உடல் வசீகரம் என்னும் அம்சம் சேர்க்கப்படுகிறது என்று இது குறித்து ஆராய்பவர்கள் கூறுகிறார்கள். இது குறித்துப் பல ஆய்வுகளும் அலசல்களும் நடந்திருக்கின்றன. இப்போது ஜெர்மன் ஜிம்னாஸ்டிக்ஸ் பெண்கள் கலகக் குரலை உரக்க எழுப்பியிருக் கிறார்கள். ஊடகங்களின் காதுகளிலும் போட்டிகளை ஏற்பாடு செய்பவர்களின் காதுகளிலும் இது விழ வேண்டும்.

●

[19]

பூமி எதிர்கொள்ளும் அபாயம்: நமது பங்கு என்ன?

அமெரிக்கா, கனடா என்றதும் நம்மில் பலருக்குக் குளிர், பனிப்பொழிவு ஆகியவைதான் நினைவுக்கு வரும். ஆனால், சில நாட்களுக்கு முன்பு கனடாவில் வெப்ப அலை தாக்கியதாகவும் அதில் பலர் உயிரிழந்ததாகவும் செய்திகள் வந்தன. இரண்டு ஆண்டுகளுக்கு முன்பு ஆஸ்திரேலியாவில் கடுமையான வறட்சி ஏற்பட்டதாகச் செய்தி வந்தது. உலகிலேயே விவசாய விளைச்சலில் முதல் இடத்தில் இருந்த நாடு ஆஸ்திரேலியா. அந்த நாட்டில் வறட்சி என்பது உலகையே அதிரவைத்தது.

இவற்றையெல்லாம் இயற்கைப் பேரிடர்கள் என்று சொல்லலாம். ஆனால், புயல், சூறாவளி போல இவை அவ்வளவு இயற்கையானவை அல்ல. உலகின் பருவ நிலையில் மனிதர்கள் ஏற்படுத்திவரும் தாக்கங்களின் விளைவாய் ஏற்பட்ட பேரிடர்கள். இத்தகைய பேரிடர்கள் பேரபாயமாக உருவாகிக்கொண்டிருக்கும் இந்த காலகட்டத்தில் இவற்றால் இந்தப் பூமி எத்தகைய ஆபத்தை எதிர்கொண்டிருக்கிறது, இதற்கான தீர்வு என்ன என்பது குறித்து விரிவான அறிவியல் அறிக்கையை உருவாக்கும் பணியைத் தொடங்கியுள்ளது ஐ.நா. அமைப்பொன்று. பருவநிலை மாற்றம் தொடர்பான பன்னாட்டு அரசுகளின் குழு (Intergovernmental Panel on Climate Change - IPCC) என்ற ஐ.நா. அமைப்பு உருவாக்கும் இந்த அறிக்கை இன்னும் இரண்டு வாரத்தில் வெளியாகும் என்று தெரிகிறது.

தீவிரமான பேரிடர்கள் தோன்றுவதற்கான காரணம், பருவநிலை மாற்றத்துக்கும் அவற்றுக்கும் உள்ள தொடர்பு, பருவநிலை மாற்றம் பூமியை எந்த அளவுக்கு ஆபத்தான கட்டத்துக்குக் கொண்டு சென்றிருக்கிறது, இவற்றை எப்படித் தீர்ப்பது என்பவை குறித்து உலக அளவில் உள்ள விஞ்ஞானிகள் உருவாக்கும் அறிக்கை இது. மிக மோசமாக அதிகரித்துவரும் புவி வெப்பமயமாதல் பற்றி இந்த அறிக்கை விரிவாகப் பேசும் என்று சொல்லப்படுகிறது. இந்த அறிக்கை உருவாக்கத்தில் 195 நாடுகளின் பிரதிநிதிகள் பங்கு வகிக்கிறார்கள்.

அதிகரித்து வரும் புவி வெப்ப நிலையை ஆராயும் மைய அமைப்பாக ஐபிசிசி செயல்படுகிறது. ஆனால், அமெரிக்கா, கனடா, ஐரோப்பா மற்றும் ஆசியாவில் அதி தீவிர இயற்கைப் பேரிடர்கள் ஏற்பட்டுள்ள நிலையில், இந்த அறிக்கையை தற்போது தயாரிக்கிறது ஐபிசிசி.

ஐபிசிசி 1988இல் தொடங்கப்பட்டது. பருவநிலை மாற்றம் பற்றிய மதிப்பீட்டை, அதன் தாக்கத்தை, தீர்வுகளைப் பற்றி 6-7 ஆண்டுகளுக்கு ஒரு முறை அரசுகளுக்கு அறிக்கை அளிப்பதற்காக இது உருவாக்கப்பட்டது. 1950ஆம் ஆண்டிலிருந்து புவி வெப்பமடைவதற்கு மனிதர்களே முக்கியக் காரணம் என்று 2013இல் இந்த அமைப்பின் அறிக்கை கூறியது. 1990களிலேயே புவி வெப்பமடைதல் குறித்த சர்வதேச மாநாடு நடைபெற்றது என்றாலும் புத்தாயிரத்தில் இந்தக் கவலை பல மடங்கு அதிகரிக்க வேண்டிய அவசியம் ஏற்பட்டது. 2013இல் ஐபிசிசி அறிக்கை வெளியானதுதான் 2015ஆம் ஆண்டில் பாரீஸ் பருவநிலை ஒப்பந்தம் ஏற்படுவதற்கு அடிப்படையாக அமைந்தது.

இதற்கு மேல் உயரக் கூடாது

தொழிற் புரட்சிக்கு முந்திய காலத்தில் இருந்த வெப்ப நிலையைக் காட்டிலும் 1.5 டிகிரிக்கு மேல் புவியின் வெப்ப நிலை உயரக் கூடாது என்னும் தகவலை ஐபிசிசியின் 2018ஆம் ஆண்டின் அறிக்கை கூறியது. இந்த அறிக்கை உலகம் முழுவதும் அரசுகள், அரசியல் தலைவர்கள், பொதுச் செயல்பாட்டாளர்கள், தொழிலதிபர்கள், மாணவர்கள் எனப் பல தரப்பினரிடையேயும் பருவ நிலை மாற்றத்தின் அபாயம் குறித்த விழிப்புணர்வை ஏற்படுத்தியது. இந்தியா பருவ நிலை மாற்றங்களின் தாக்கத்தை ஏற்கனவே எதிர்கொண்டு வருகிறது என்றும் இந்த அறிக்கை தெரிவித்தது. நகரங்களில் அதிகரித்துவரும் வெப்ப நிலையும் காற்று மாசுபாடு அதிகரிப்பும் இதன் அடையாளங்கள்.

கடந்த ஆண்டு புவியின் சராசரி வெப்பநிலை 1.2 டிகிரி அதிகமாக இருந்தது. இதன் விளைவாகத்தான் இந்த ஆண்டு இயற்கைப் பேரிடர்கள் அதிகமாக நிகழ்ந்திருக்கின்றன. கனடாவில் வீசும் வெப்ப அலையிலிருந்து எங்கெங்கும் பெருக்கெடுக்கும் வெள்ளம் முதல் பல நெருக்கடிகள் வெப்ப நிலை உயர்வின் விளைவுகள். இந்நிலையில் ஐபிசிசியின் அறிக்கை உலக நாடுகளுக்கு எச்சரிக்கை விடுப்பதாகவே அமையக்கூடும். எல்லா நாடுகளும், குறிப்பாக தொழிலில் அதிக கண்ட நாடுகள், வெப்ப நிலையைக் குறைப்பதற்காகத் தீவிரமாகச் செயல்பட வேண்டியதன் அவசியம் குறித்த நெருக்கடியை இந்த அறிக்கை உருவாக்கும்.

2018இல் வெளியான அறிக்கையைப் போலவே இந்த ஆண்டு ஆகஸ்ட் 9ஆம் தேதி வெளியாக உள்ள ஐபிசிசி அறிக்கையும் அதைப் போன்ற ஒரு தாக்கத்தை ஏற்படுத்தக்கூடும். உலக நாடுகளின் தலைவர்கள் புவி வெப்பமாதல் குறித்து விவாதிக்க இன்னும் இரண்டு மாதங்களில் கிளாஸ்கோவில் சந்திக்கவிருக்கும் நிலையில் இந்த அறிக்கை முகவும் முக்கியத்துவம் வாய்ந்ததாகிறது.

பருவ நிலை மாற்றம் குறித்த பிரச்சினையில் பல நாடுகளும் பல விதமான நடவடிக்கை எடுத்துவந்தாலும், 'அவங்கள நிறுத்தச் சொல்லு, நான் நிறுத்தறேன்' என்பதுபோன்ற அணுகு முறையையும் சில நாடுகள் கடைப்பிடித்துவருகின்றன. யாருக்கு எவ்வளவு பொறுப்பு என்பதுபோன்ற சண்டைகளும் நடந்து வருகின்றன. பிறர் மீது குற்றம் சாட்டியோ பழிபோட்டோ யாரும் பொறுப்பிலிருந்து தப்ப முடியாது. ஏனென்றால் இதன் பாதிப்புகளிலிருந்து யாரும் தப்ப முடியாது. பணத்தைக் கொண்டு இதிலிருந்து தப்ப முடியாது. வலுவான ராணுவத்தைக் கொண்டு பருவ நிலை மாற்றத்தை வெல்ல முடியாது.

அதீத சுயநலத்திற்காகவும் அத்தியாவசியத் தேவைகளுக்காகவும் நாம் இயற்கையைச் சீரழிக்கும் பல வகையான நடவடிக்கைகளை மேற்கொண்டுவருகிறோம். நெகிழிப் பைகளைப் பொறுப்பின்றிப் பயன்படுத்தும் தனிநபர்களின் செயல்களிலிருந்து எக்கச்சக்கமாகக் கழிவுகளை வெளியேற்றும் ராட்சத உற்பத்திக்கூடங்கள், அணுமின் உலைகள்வரை எல்லாவற்றையுமே மறுபரிசீலனைக்கு உட்படுத்தி நாம் அனைவருமே மாற்றத்தை முன்னெடுக்க வேண்டும். இல்லையேல் இந்தப் பிரபஞ்சத்தில் நாமறிந்து உயிர்கள் வாழக்கூடிய ஒரே இடமான பூமியை அழித்த பாதகச் செயலில் நமக்கும் பங்கு இருக்கும்.

•

[20]

தேசத்துரோகச் சட்டம்: தேசமும் அரசும் ஒன்றல்ல

மூத்த பத்திரிகையாளரான சேகர் குப்தா அண்மையில் எழுதிய கட்டுரை ஒன்றில் சுவையானதொரு அனுபவத்தைப் பகிர்ந்து கொண்டிருக்கிறார். அவர் இந்தியா டுடே இதழில் பணிபுரிந்து கொண்டிருந்தபோது பாகிஸ்தான் விவகாரங்களுக்கான சிறப்புச் செய்தியாளராக இருந்தார். அடிக்கடி பாகிஸ்தானுக்குச் சென்று அங்குள்ள நிலவரத்தை நேரில் கண்டறிந்து அலசி எழுதுவது அவருக்கு வழக்கம்.

அத்தகையதொரு பயணத்தின்போது பாகிஸ்தானின் பக்தூன் பகுதியில் ஒருவரைச் சந்தித்தார். அந்த நபர் முஸ்லிம்தான். ஆனால் தன்னை அவர் காங்கிரஸ்காரர் என்று சொல்லிக்கொண்டாராம். எல்லை காந்தி எனப்படும் கான் அப்துல் கபார் கானின் தொண்டர் என்று தன்னை அறிமுகம் செய்துகொண்டார். பாகிஸ்தானில் உள்ள பிரச்சினைகளை வெளிப்படையாகப் பேசும் வழக்கம் கொண்டவர் அவர். அதுபற்றி சேகர் குப்தா கேட்டபோது, ‘நாங்கள் இதை எல்லாம் மனம் விட்டுப் பேசினால் பாகிஸ்தானும் இஸ்லாமும் அழிந்துவிடும் என்று சொல்கிறார்கள்’ என்றவர், ‘பாகிஸ்தானும் இஸ்லாமும் என்ன பீங்கான் தட்டா, அவ்வளவு சுலபமாக உடைப்பதற்கு?’ என்று கேட்டாராம் அவர்.

இன்று இந்தியாவில் அரசுக்கு எதிரான போராட்டங்களில் ஈடுபடுபவர்கள் மீதும் கூர்மையான விமர்சனத்தை

முன்வைப்பவர்கள் மீதும் தேசதுரோக வழக்கு போடப்படுகிறது. 2014ஆம் ஆண்டு பா.ஜ.க மத்தியில் ஆட்சிக்கு வந்த பிறகு அரசுக்கு எதிராக கருத்து தெரிவிப்போர் மீது தேச துரோக வழக்குகள் பதிவு செய்யப்படும் போக்கு அதிகரித்திருக்கிறது. கடந்த 10 ஆண்டுகளில் மட்டும் 10,898 பேர் மீது தேசதுரோக வழக்குகள் பதிவு செய்யப்பட்டன.

அரசின் கொள்கைகளையும் நடைமுறைகளையும் எதிர்க்கும் நடவடிக்கைகளைத் தேசத்துரோகமாகக் கருதுவது சேகர் குப்தா குறிப்பிடும் பாகிஸ்தான் நிகழ்வை நினைவுபடுத்தக்கூடியதாக இருக்கிறது.

அரசை விமர்சிப்பது தேசதுரோகம் ஆகாது என 2018ஆம் ஆண்டு உச்ச நீதிமன்றம் தெரிவித்தது. அண்மையில் தேசவிரோத குற்றச் சாட்டைச் சுமத்தப் பயன்படுத்தப்படும் இந்திய தண்டனைச் சட்டத்தின் 124ஏ பிரிவைக் குறித்து உச்ச நீதிமன்றத் தலைமை நீதிபதி என்.வி. ரமணா மத்திய அரசை நோக்கிக் கூர்மையான எழுப்பியுள்ளார்.

ஓய்வு பெற்ற இந்திய ராணுவ மேஜர் ஜெனரல் எஸ்.ஜி.வொம்பாட்கெரே வழக்கு தொடுத்தார். வழக்கில் நீதிபதி இந்தக் கருத்தைத் தெரிவித்திருக்கிறார். நாடு சுதந்திரம் அடைந்து 75 ஆண்டுகள் பிறகும் இந்தச் சட்டம் அவசியமாகிறதா என்று நீதிபதி கேள்வி எழுப்பினார்.

2010 முதல் 2020 வரையிலான 10 ஆண்டுகளில், 798 வழக்குகளில் 10,898 பேர் மீது தேசத்துரோகக் குற்றச்சாட்டு சுமத்தப்பட்டுள்ளது. அவர்களில் ஒன்பது பேர் சிறுவர்கள். மோடி பிரதமரான பிறகு 65 சதவிகித வழக்குகள் அதிகரித்துள்ளது.

குடியுரிமைத் திருத்தச் சட்டத்திற்கு எதிராகப் போராடியவர்கள் மீது தேசத்துரோகக் குற்றச்சாட்டு சுமத்தப்பட்டுள்ளது. ஹத்ராஸ் பாலியல் வல்லுறவுக்கு எதிராக ஆர்ப்பாட்டம் செய்தவர்கள் மீதும் தேசத்துரோகக் குற்றச்சாட்டு சுமத்தப்பட்டது. ஹத்ராஸில், ஒரு பத்திரிகையாளர் உட்பட 18 பேர் மீது தேசத்துரோகக் குற்றச்சாட்டில் 22 வழக்குகள் பதிவு செய்யப்பட்டன. ஜார்க்கண்டில் பதல்கடி போராட்டத்தில் பங்கேற்ற நூற்றுக்கணக்கான பழங்குடியினர் மீது தேசத்துரோக குற்றச்சாட்டை அரசு சுமத்தியது. அண்மையில் ஹரியானாவில் போராட்டத்தில் ஈடுபட்ட விவசாயிகள் மீதும் இந்த வழக்கு போடப்பட்டுள்ளது.

தேசத்துரோக வழக்குகளில் பெரும்பாலானவற்றில் குற்றம் நிரூபிக்கப்பட்டுத் தண்டனை பெறும் அளவுக்குச் செல்வதில்லை. இது பற்றிக் குறிப்பிட்டுள்ள நீதிபதி என்.வி. ரமணா குற்றம் நிரூபிக்கப்படும் விகிதம் மிகக் குறைவாக இருக்கும்போது ஏன் இதைப் பயன்படுத்த வேண்டும் என்று கேள்வி எழுப்பினார்.

அரசு வேறு, தேசம் வேறு

தேசத்துரோகம் என்பது நாட்டின் பாதுகாப்புக்கும் இறையாண்மைக்கும் எதிரான நடவடிக்கைகள் என்று சொல்லலாம். அத்தகைய நடவடிக்கையில் ஈடுபடுபவர்கள் மீது இந்தச் சட்டம் பிரயோகிக்கப்பட்டது என்றால் அந்தக் குற்றச்சாட்டு நிரூபிக்கப்பட்டுத் தண்டனை பெற்றவகள் யாரையும் காணோம் என்னும் நிலையில் இந்தச் சட்டத்தை எதற்காகப் பயன்படுத்த வேண்டும் என்னும் கேள்வி இயல்பாகவே எழுகிறது. அரசுக்கு எதிராகப் போராடுபவர்களையும் தீவிரமாகக் கருத்துச் சொல்பவர்களையும் அச்சுறுத்தும் நோக்கில் இந்தச் சட்டம் பயன்படுத்தப்படுவதாகவே இதைப் புரிந்துகொள்ள வேண்டியிருக்கிறது.

ஆங்கிலேயர் ஆட்சிக் காலத்தில் அரசுக்கு எதிரான போராட்டத்தை தேசத்துரோகமாகச் சித்தரித்து இந்தச் சட்டம் பயன்படுத்தப் பட்டது. தேசம் என்பது வேறு, அரசு என்பது வேறு என்னும் வாதங்கள் எதுவும் அன்னிய நாட்டவரின் காலனி ஆதிக்கத்தில் எடுபடாமல் போயின. ஆங்கில அரசால் தேசத்துரோகக் குற்றம் சாட்டப்பட்டவர்கள் இந்த தேசத்துக்கு எதிராக எதிஅயும் செய்யவில்லை என்பதும் அவர்கள் செய்ததெல்லாம் ஆங்கிலேய ஆட்சிக்கும் அதன் அடக்குமுறைக்கும் எதிராகத்தான் என்பதும் வெளிப்படையானவை. எனவே தேசத்துரோகக் குற்றச்சாட்டு சுமத்தப்பட்ட இவர்கள் தேசபக்தர்களாக மக்களால் போற்றப் பட்டார்கள். தேசம் என்பது ஆட்சியாளர்கள் வரையறுப்பது அல்ல என்பதே இதன் பின்னணியில் உள்ல உண்மை.

அரசுகள் மாறும். தேசமும் அதன் அமைப்புகளும் இறையாண்மையும் என்றும் இருக்கும். தாற்காலிக ஆயுள் மட்டுமே கொண்ட அரசையும் நிரந்தரமான தன்மை கொண்ட தேசத்தையும் குழப்பிக்கொள்ளக் கூடாது. ஒருவர் போராடுவது அரசுக்கு எதிராகவா அல்லது தேசத்துக்கு எதிராகவா என்னும் எளிய கேள்வியின் மூலம் இந்தச் சட்டம் பயன்படுத்தப்பட வேண்டுமா வேண்டாமா என்பதை முடிவுசெய்துவிடலாம். அரசுக்கு எதிரான

போராட்டம் வன்முறையில் முடிந்தாலோ அல்லது வேறு விபரீத பரிமாணங்கள் எடுத்தாலோ, பயங்கரவாத நடவடிக்கைகளையும் வன்முறையையும் கலவர நடவடிக்கைகளையும் தடுப்பதற்காக நாட்டில் ஏற்கனவே இருக்கும் சட்டங்களைப் பயன்படுத்துவதில் எந்தச் சிக்கலும் இல்லை என்னும்போது இந்தச் சட்டம் தேவையா என்னும் கேள்வியை ஊடகங்களும் பொது அறிவுஜீவிகளும் எழுப்பிவருகிறார்கள். இதே கேள்வியைத் தற்போது உச்ச நீதிமன்ற நீதிபதியும் எழுப்பியிருக்கிறார்.

இந்தக் கேள்வியை அரசு திறந்த மனதுடன் எதிர்கொண்டு காலனிய ஆட்சிக் காலத்தில் உருவான இந்தச் சட்டத்தை, பிரிட்டன் அரசாங்கமே துறந்துவிட்ட இந்தச் சட்டத்தை, நீக்குவதற்கான முயற்சிகளில் இறங்க வேண்டும்.

•

[21]

தேசத்துரோகச் சட்டம்: நீதிபதியின் குரலுக்கு அரசு செவிமடுக்குமா?

தேசவிரோத குற்றச்சாட்டைச் சுமத்தப் பயன்படுத்தப்படும் இந்திய தண்டனை சட்டத்தின் 124ஏ பிரிவைக் குறித்து உச்ச நீதிமன்றத் தலைமை நீதிபதி என்.வி. ரமணா மத்திய அரசை நோக்கி எழுப்பியுள்ள கேள்விகள் அரசின் அணுகுமுறை குறித்துப் பல்வேறு முக்கியமான அம்சங்களைப் பற்றிப் பேசுகின்றன.

ஓய்வு பெற்ற இந்திய ராணுவ மேஜர் ஜெனரல் எஸ்.ஜி.வொம்பாட்கெரே இந்த வழக்கைத் தொடுத்தார். எடிட்டர்ஸ் கில்ட் ஆஃப் இந்தியா என்னும் அமைப்பு இதே தேசத்துரோக வழக்கு விவகாரம் குறித்து ஒரு வழக்கைத் தொடர்ந்தது. இவை இரண்டுமே இந்தச் சட்டத்தின் தேவை குறித்தும் அது பயன்படுத்தப்படும் விதம் குறித்தும் கேள்வி எழுப்பியிருந்தனர். ஒரே தன்மையைக் கொண்டிருந்ததால் இந்த இரு வழக்குகளையும் சேர்த்து ஒரே விவகாரமாக விசாரணைக்குப் பட்டியலிட நீதிமன்றப் பதிவாளருக்குத் தலைமை நீதிபதி உத்தரவிட்டார். அந்த வழக்கில்தான் இப்போது உச்ச நீதிமன்றத் தலைமை நீதிபதி என்.வி. ரமணா அரசுக்குச் சரமாரியாகப் பல கூர்மையான கேள்விகளை எழுப்பியுள்ளார்.

நாடு சுதந்திரம் அடைந்து 75 ஆண்டுகள் பிறகும் இந்தச் சட்டம் அவசியமாகிறதா என்று நீதிபதி கேள்வி எழுப்பினார். விடுதலை

உணர்வை ஒடுக்கவும் காந்தி, பாலகங்காதர் திலகர் போன்றோருக்கு எதிராகவும் ஆங்கிலேயர்களால் பயன்படுத்தப்பட்ட காலனிய கால சட்டப் பிரிவு இன்னும் தேவையா என்று கேட்டார்.

'தேச விரோதச் சட்டப் பிரிவின் கீழ் சுமத்தப்படும் குற்றச் சாட்டுகளின் வரலாற்றைப் பார்த்தீர்கள் என்றால், தண்டனை விகிதம் மிகக் குறைவாகவே இருந்துள்ளதை அறியலாம். இந்தச் சட்டப் பிரிவு தவறாகப் பயன்படுத்தப்படும் விதத்தை, ஒரு மரத்தை அறுக்கக் கொடுக்கப்பட்ட ரம்பத்தைப் பயன்படுத்தி ஒட்டுமொத்த காட்டையே அழிப்பதற்கு இணையாக ஒப்பிடலாம்,' என்று தலைமை நீதிபதி குறிப்பிட்டார்.

இந்தச் சட்டம் மட்டுமின்றி, ஏற்கனவே ரத்து செய்யப்பட்டுவிட்ட தகவல் தொழில்நுட்பச் சட்டத்தின் 66ஏ பிரிவின்படியும் ஆயிரக்கணக்கான வழக்குகள் பதிவு செய்யப்பட்டிருக்கின்றன என்பதையும் நீதிபதி சுட்டிக்காட்டினார். அந்த சட்டப்பிரிவு ரத்து செய்யப்பட்ட பிறகும் எப்படி அந்த பிரிவை சட்ட அமலாக்க அமைப்புகள் பயன்படுத்துகின்றன என்று நீதிபதி ரமணா கேள்வி எழுப்பினார்.

இந்திய விடுதலைக்குப் பிறகு பல்வேறு பழைய சட்டங்களை மறுஆய்வுக்கு உட்படுத்தி திருத்தம் செய்து கொண்ட இந்திய அரசு, எப்படி இந்த குறிப்பிட்ட சட்டப் பிரிவை மட்டும் மாற்ற பரிசீலிக்காமல் போனது என்றும் தலைமை நீதிபதி கேள்வி எழுப்பினார்.

அரசுத் தரப்பில் ஆஜரான கே.கே. வேணுகோபால் இதற்கு அளித்த பதிலில் இந்தச் சட்டத்தின் இன்றைய தேவை என்ன என்பது குறித்த வாதம் ஏதும் இல்லை. 'இந்த சட்டத்தை ரத்து செய்ய வேண்டியதில்லை. அதற்கு பதிலாக அதன் நோக்கம் சட்டபூர்வமாக அமல்படுத்தப்படுவதற்கான வழிகாட்டுதல்களை வகுக்கலாம்,' என்று கூறினார்.

அட்டர்னி ஜெனரல் கே.கே. வேணுகோபால் முன்வைத்த இந்த வாதம் நீதிபதி வெளிப்படுத்திய கவலைகளுக்கான பதிலாக அமையவில்லை. சட்டபூர்வமாக அமல்படுத்தப்பட வேண்டும் என்பதில் அரசு உறுதியோடு இருந்திருந்தால் இந்த வழக்கே தேவைப்பட்டிருக்காது என்பதே யதார்த்தம். அரசுக்கு எதிராகக் கருத்து சொல்பவர்கள் மீது இந்தச் சட்டம் பிரயோகிக்கப் பட்டதால்தான் இந்த வழக்கு தேவைப்பட்டிருக்கிறது.

எதிர்த் தரப்பை ஒடுக்கும் ஆயுதம்

இந்தச் சட்டம் எப்படித் தவறாகப் பயன்படுத்தப்படுகிறது என்பது குறித்து நீதிபதி கூறிய கருத்து முக்கியமானது. 'ஒரு தரப்பால் எதிர்த் தரப்பின் குரலைக் கேட்க முடியாமல் போனால் அந்த எதிர்த் தரப்புக்கு எதிராக இந்த சட்டப் பிரிவு பயன்படுத்தப்படலாம் அல்லது தவறாக ஒரு குற்றச்சாட்டில் சேர்க்கப்படலாம்' என்று குறிப்பிட்ட நீதிபதி, தனி நபர்களைப் பொருத்தவரை இது மிகவும் தீவிர பிரச்னை என்று கவலை தெரிவித்தார்.

இந்த வழக்கைத் தொடுத்தவர்களின் உள்நோக்கத்தையோ தேசபக்தியையோ கேள்விக்கு உட்படுத்திவிட முடியாது என்பதையும் நீதிபதி தவறாமல் குறிப்பிட்டார். 'மனுதாரர் ஓய்வு பெற்ற மேஜர் ஜெனரல். இந்த நாட்டுக்காக தமது மொத்த வாழ்வையும் அவர் அர்ப்பணித்துள்ளார். எனவே இதை உள்நோக்கம் கொண்ட மனுவாக கருதி விட முடியாது' என்று தலைமை நீதிபதி கூறினார்.

1962ஆம் ஆண்டில் கேதார்நாத் சிங்குக்கும் இந்திய அரசுக்கும் இடையே நடந்த வழக்கில் இந்திய தண்டனை சட்டத்தின் 124ஏ பிரிவு உறுதிப்படுத்தப்பட்டது. அந்த தீர்ப்பை மறுஆய்வு செய்ய வேண்டும் என்ற கோரிக்கையுடன் உச்ச நீதிமன்றத்தில் மனு தாக்கல் செய்திருக்கிறார் வொம்பட்கெரே.

அரசியல் சட்டம் வழங்கியிருக்கும் அடிபப்டையான உரிமைகளின் வெளிச்சத்தில் இந்தச் சட்டப் பிரிவை வொம்பட்கெரே கேள்விக்கு உட்படுத்தியிருக்கிறார். 'இந்திய அரசியலமைப்பின் 19(1) விதியில் கருத்து சுதந்திரத்துக்கான அடிப்படை உரிமை வழங்கப் பட்டுள்ளது.

ஆனால், அந்த உரிமையின்படி ஒருவர் தெரிவிக்கும் கருத்தை ஏற்க முடியாமல், அதை அரசுக்கு எதிரான செயல்பாடுபோலக் குற்றம்சாட்டி கிரிமினல் குற்றமாக்க முற்படுவது, குடிமக்களுக்கு அரசியலமைப்பு வழங்கிய அடிப்படை கருத்துச் சுதந்திரத்தை மீறும் வகையில் உள்ளது' என்று தன் மனுவில் பொம்பட்கெரே கூறியிருந்தார்.

அரசியலமைப்பின் 14, 21 ஆகியவற்றைப் பின்பற்றும் வகையில், அவற்றுக்கு எதிரான சட்டப் பிரிவு தேவைதானா என்பதை மறுஆய்வுக்கு உட்படுத்தும் தேவை எழுகிறது என்று மனுவில் கேட்டிருக்கிறார் வொம்பட்கெரே.

1962ஆம் ஆண்டில் கேதார்நாத் வழக்கில் 124ஏ சட்டப் பிரிவு உறுதிப்படுத்தப்பட்டது என்பதை வைத்து அதே அளவுகோலை வைத்து அந்தச் சட்டப் பிரிவைத் தொடர்ந்து பயன்படுத்தக் கூடாது என்றும் வொம்பாட்கெரே தன் மனுவில் கூறியுள்ளார்.

124ஏ சட்டப் பிரிவு என்ன சொல்கிறது?

எவரேனும், பேசப்பட்ட அல்லது எழுதப்பட்ட வார்த்தைகளால், அல்லது சைகைகளால், அல்லது கண்ணால் காணக்கூடிய வெளிப்பாடுகளால் அல்லது மற்றபடி இந்தியாவில் சட்டபூர்வமாக அமைந்த அரசாங்கத்தின் மீது வெறுப்பு அல்லது அவமதிப்பை ஏற்படுத்தினால் அல்லது ஏற்படுத்த முயன்றால் அல்லது அவநம்பிக்கையைத் தூண்டினால் அல்லது தூண்ட முயன்றால் அது குற்றமாகக் கருதப்படும்.

இதற்கு அபராதத்துடன் கூடிய ஆயுள் சிறை அல்லது அபராதத்துடன் கூடிய மூன்று வருடங்கள் வரை நீட்டிக்கப் படக்கூடிய சிறை அல்லது அபாரதம் தண்டனையாக விதிக்கப் படலாம்.

விடுதலைப் போராட்டக் காலத்தில் இந்தியாவில் விடுதலை முழகத்தை எழுப்பியவர்களை ஒடுக்க இந்தச் சட்டத்தை பிரிட்டன் அரசு இயற்றியது. ஆனால், பிரிட்டன் நாட்டில் இந்தச் சட்டம் 2009இல் நீக்கப்பட்டது. பிரிட்டன் அரசு கொண்டுவந்த இந்தச் சட்டமோ இந்தியாவில் இன்னும் தொடர்கிறது.

கருத்தின் அடிப்படையில் ஒருவரை தேசதுரோகி என்று சொல்லி அவர் மீது இந்தச் சட்டப் பிரிவின் கீழ் வழக்கு தொடர்ந்து நடவடிக்கை எடுப்பது என்பது அவர் மீதான நடவடிக்கை மட்டுமல்ல. அரசுக்கு எதிராகக் கருத்துச் சொல்லும் அவருடைய உரிமைக்கு எதிரான நடவடிக்கை. அது மட்டுமல்ல. அதுபோல அரசை எதிர்த்துக் கருத்து சொல்பவர்களை அச்சுறுத்தக்கூடிய நடவடிக்கையாகவும் இது அமைகிறது. ஆக, அரசுக்கு எதிராகக் கருத்து வெளியிட்டவர்கள் மீது மட்டுமின்றி, பிற்காலத்தில் அவ்வாறு வெளியிடக்கூடியவர்களையும் சேர்த்துக் கட்டுப்படுத்தக் கூடிய நடவடிக்கை இது. இத்தகைய நடவடிக்கைக்குத் தோதான பிரிவாக இருக்கிறது 124ஏ.

தேசத்துரோகம் என்னும் குற்றச்சாட்டு ஒருவர் மீது சுமத்தப்படும் போது பொதுமக்கள் மத்தியில் அவருடைய படிமமும்

களங்கமடைகிறது. எனவே இந்தச் சட்டம் பல விதங்களிலும் தனிநபர்களின் குரலையும் சுதந்திரத்தையும் ஒடுக்கப் பயன்படக்கூடியதாக உள்ளது.

பெருவாரியான வாக்குகளைப் பெற்று ஆட்சியில் அமரும் அரசுக்குப் புதிய சட்டங்களை இயற்றவும் பழைய சட்டங்களைத் திருத்தவும் உரிமை உள்ளது. ஆனால், புதிய சட்டங்களோ, திருத்தங்களோ அரசியல் சாசனத்தின் அடிப்படைகளை மீறக் கூடாது என்னும் விதி இருக்கிறது. எனவே, வொம்பட்கெரே தன் மனுவில் குறிப்பிட்டிருப்பதைப் போல, அரசியல் சாசனத்தின் இதர பிரிவுகள் வழங்கும் கருத்துச் சுதந்திரத்திற்கு முரணாக 124ஏ இருப்பதால் அதை நீக்கும்படி கோருவதற்கான முகாந்திரம் உருவாகியிருக்கிறது.

'இந்தச் சட்டப் பிரிவு தவறாகப் பயன்படுத்தப்படும் விதத்தை, ஒரு மரத்தை அறுக்கக் கொடுக்கப்பட்ட ரம்பத்தைப் பயன்படுத்தி ஒட்டுமொத்த காட்டையே அழிப்பதற்கு இணையாக ஒப்பிடலாம்,' என்று தலைமை நீதிபதி கூறியுள்ள விவேகமான வார்த்தைகளை அரசு செவிமடுக்க வேண்டும். அத்துமீறுபவர்கள் மீது நடவடிக்கை எடுக்க ஏற்கனவே எவ்வளவோ சட்டங்கள் இருக்கின்றன. எனவே, கருத்துச் சுதந்திரத்தை ஒடுக்கி, சுதந்திரமாகப் பேச முடியாதபடி குடிமக்களை அச்சுறுத்தும் இத்தகைய சட்டம் தேவைதானா என்பதை அரசு ஆழமாக யோசிக்க வேண்டும்.

•

[22]

குழந்தைகளின் இயல்பு வாழ்க்கை எப்போது திரும்பும்?

குழந்தைத் தொழிலாளர் எதிர்ப்புப் பிரச்சாரம் (Campaign Against Child Labour) என்னும் அரசு சாரா அமைப்பின் தமிழ்நாடு மற்றும் புதுச்சேரி பிரிவு இந்த ஆண்டின் தொடக்கத்தில் நடத்திய கள ஆய்வு குழந்தைகள் கல்வி குறித்த கவலை தரும் செய்திகளைச் சொல்கிறது. கொரோனா பெருந்தொற்று மருத்துவ, பொருளாதார, உளவியல் ரீதியாக மட்டுமின்றிக் குழந்தைகளின் எதிர்கால நலனின் மீதும் தாக்கம் செலுத்தக்கூடியதாக உள்ளது என்பதை இது அடிக்கோடிட்டுக் காட்டுகிறது.

கொரோனா பெருந்தொற்றின் முதல் அலையின்போது தமிழ் நாட்டில் குழந்தைத் தொழிலாளர்களின் எண்ணிக்கை கிட்டத்தட்ட மூன்று மடங்கு அதிகரித்திருப்பதாக மேற்படி ஆய்வு கூறுகிறது. 24 மாவட்டங்களில் உள்ள சிறார்களிடம் நடத்தப்பட்ட ஆய்வில், குழந்தைகளில் வேலைக்குச் சென்றுகொண்டிருந்தவர்களின் விகிதம் கொரோனா பெருந்தொற்றுக்குப் பிறகு 79% ஆக அதிகரித்துள்ளது தெரியவந்திருக்கிறது.

பள்ளிகள் மூடப்பட்டது மட்டும் இதற்குக் காரணமில்லை. பள்ளிகள் மூடினாலும் பல மாணவர்கள் இணைய வழியில் படிக்கிறார்கள். ஆனால், அதற்கான வசதி இல்லாதவர்கள் படிப்பைத் தொடர முடியாத நிலையில் சிக்கிக்கொண்டார்கள். பள்ளிக்கூடத்திற்குப் போகாத குழந்தைகளில் ஒரு பிரிவினர்

வேலைக்குப் போக வேண்டிய நெருக்கடிக்கு ஆளானார்கள். பொது முடக்கத்தால் அவர்களுடைய பெற்றோருக்கு வேலை இழப்பு ஏற்பட்டதுதான் இதற்குக் காரணம்.

குழந்தைகளிடம் ஸ்மார்ட் போன் இருப்பது பெரிய பிரச்சினையாக உள்ளது என்பது நடுத்தர வர்க்கத்தின் அங்கலாய்ப்பு. ஸ்மார்ட் போன் இல்லாததாலேயே கல்வியைத் தொடர முடியவில்லை என்பது பொருளாதார ரீதியில் கீழ்த் தட்டுக்களில் இருப்பவர்களின் மனக்குறை. ஸ்மார்ட் போன் இல்லாதது மட்டுமல்ல, இணைய இணைப்பு இல்லாதது, இருந்தாலும், போதிய வேகத்தில் இணைப்பு கிடைக்காதது ஆகிய பிரச்சினைகளும் இவர்களுக்கு இருக்கின்றன. இதுபோன்ற பல காரணங்களால் பல சிறுவர்கள் படிப்பைத் தொடர முடியாத நிலை ஏற்பட்டது. பொது முடக்கத்தில் அரசு படிப்படியாகத் தளர்வுகளை அறிவித்தபோது இந்தக் குழந்தைகளை அவர்களுடைய பெற்றோர் வேலைக்கு அனுப்பத் தொடங்கிவிட்டார்கள். இந்தக் குழந்தைகள் பள்ளி செல்லவில்லை எனபது இதற்கு ஒரு காரணம். பொது முடக்கக் காலத்தில் ஏற்பட்ட வருமான இழப்பை ஈடு செய்ய வேண்டும் என்பது இன்னொரு காரணம்.

இந்தச் சிறுவர்களில் பலர் தினமும் நான்கு மணிநேரம் முதல் எட்டு மணிநேரம் வரை வேலை செய்திருக்கிறார்கள் என்பதையும் இந்த ஆய்வு காட்டுகிறது. ஒரு நாளைக்குக் குறைந்தது ரூ.100 முதல் அதிகபட்சமாக ரூ.300 வரை இவர்கள் கூலி பெற்றார்கள். இதனால் பலர் உடல்ரீதியான, மனரீதியான துன்புறுத்தலுக்கு உள்ளாகி இருப்பதாகக் கூறினார்கள். 18.6 சதவீதச் சிறுவர்கள் பாலியல் துன்புறுத்தலை எதிர்கொண்டதாகக் கூறினார்கள்.

பெருந்தொற்றினால் குழந்தைகளுக்கு ஏற்படும் பாதிப்பு

இந்தியாவில் குழந்தைத் தொழிலாளர்களின் எண்ணிக்கையையும் அவர்களுடைய பணிச் சூழலின் பிரச்சினைகளும் பெருந்தொற்றுக் காலத்தில் அதிகரித்திருப்பதாக எடுகோ (Educo) என்னும் குழந்தைகள் உரிமைக்கான அமைப்பு கூறுகிறது. ‘குழந்தைத் தொழிலாளர் எதிர்ப்புப் பிரச்சாரம்’ அமைப்பும் எடுகோவும் இணைந்து அண்மையில் நடத்திய இணையவழிக் கருத்தரங்கில் இந்தப் பிரச்சினைகள் அலசப்பட்டன.

‘உலகளாவிய பெருந்தொற்றினால் மோசமாகப் பாதிக்கப்பட்ட பிரிவினரில் குழந்தைகளும் அடக்கம்’ என்று எடுகோவின் இந்தியக்

கிளையின் இயக்குநர் குருபிரசாத் கருத்தரங்கில் தெரிவித்தார். குழந்தைகள் மீதான வன்முறையும் அத்துமீறல்களும் பெருந்தொற்றின்போது பெருமளவில் அதிகரித்திருப்பதாக அவர் கூறினார். பணிக்குச் செல்லும் குழந்தைகளின் எண்ணிக்கை அதிகரித்ததுடன், அவர்களுடைய பணிச்சூழலும் முன்பைவிட மோசமாயிற்று என்றார் அவர்.

பெருந்தொற்றின் விளைவாக 2022ஆம் ஆண்டின் முடிவில் மேலும் 90 லட்சம் குழந்தைகள் வேலைக்குச் செல்வதற்கான நிர்ப்பந்தத்திற்கு ஆளாவார்கள் என்று யூனிசெஃப் அமைப்பும் சர்வதேசத் தொழிலாளர் அமைப்பும் வெளியிட்டுள்ள அறிக்கை எச்சரிக்கிறது.

பள்ளிகளைத் திறப்பது குறித்த பேச்சுக்கள் நடந்துவரும் இந்தச் சமயத்தில் பள்ளிகளைத் திறப்பதற்கு முன் பள்ளிக்குச் செல்ல வேண்டிய வயதில் உள்ள குழந்தைகள் எத்தனை பேர் பள்ளிக்குச் செல்லாமல் இருக்கிறார்கள் என்பதையும், எத்தனை குழந்தைத் தொழிலாளர்கள் இருக்கிறார்கள் என்பதையும் தமிழ்நாடு அரசு கணக்கெடுக்க வேண்டும்.

குழந்தைகள் யாரும் விரும்பி வேலைக்குச் செல்வதில்லை. பெற்றோர்களும் தங்கள் குழந்தைகளை விரும்பி வேலைக்கு அனுப்புவதில்லை. தவிர்க்க முடியாத காரணங்களால்தான் குழந்தைகள் வேலைக்குச் செல்வது நடக்கிறது. எனவே பெற்றோரின் வேலையின்மை, வருமான இழப்பு ஆகியவற்றுக்குத் தீர்வு காணாமல் இந்தப் பிரச்சினையைத் தீர்க்கவே முடியாது.

ஊரடங்கின்போது வேலை இல்லாததால் ஊரடங்கு நீக்கப்பட்டதும் குடும்பத்தில் முடிந்தவரை அனைவரும் வேலைக்குப் போய் வருமான இழப்பைச் சரிக்கட்ட வேண்டிய நிலைக்கு வறியவர்கள் ஆளாகிறார்கள். பெற்றோரின் வேலை வாய்ப்பு, வருமான வாய்ப்பு ஆகியவற்றுக்கான தீர்வு என்பது தொலைநோக்குத் திட்டங்களால்தான் சாத்தியமாகும். ஆனால், தற்காலிகமாக இவர்களுக்கு நிவாரணத் தொகை வழங்கலாம். தற்காலிக வேலை வாய்ப்புகளையும் ஏற்படுத்தித்தரலாம்.

இவற்றைச் செய்யாமல் குழந்தைகள் வேலைக்குப் போகக் கூடாது என்று உத்தரவு போடுவதோ குழந்தைகளை வேலைக்கு அனுப்பாதீர்கள் என்று பெற்றோருக்கு அறிவுரை கூறுவதோ யதார்த்தத்தைப் புரிந்துகொள்ளாத கொடுமையாகவே இருக்கும்.

சென்ற ஆண்டு வேலைக்குச் செல்ல வேண்டிய நிர்ப்பந்தத்திற்கு ஆளான குழந்தைகள் இந்த ஆண்டு பள்ளிக்குச் செல்ல வேண்டும் என்பதை இலக்காகக் கொண்டு அரசு திட்டம் தீட்ட வேண்டும். குழந்தைகள் பள்ளிக்குச் செல்வதை நிறுத்துவது என்பது தலைமுறைகளைத் தாண்டியும் தீய விளைவுகளை ஏற்படுத்தக் கூடியது என்பதை மனதில் கொண்டு இதற்கு முன்னுரிமை தந்து அரசு யோசித்துச் செயல்பட வேண்டும்.

பொது மக்களில் பலருக்கும் ஊரடங்கு முடிந்ததும் இயல்பு வாழ்க்கை தொடங்கிவிட்டது. ஆனால், இந்தக் குழந்தைகள் இன்னமும் தங்களுக்கான இயல்பு வாழ்க்கையான பள்ளிகளுக்குத் திரும்பச் செல்வதற்கான சூழல் உருவாகவில்லை. அவர்கள் வேலை என்னும் புதிய இயல்புக்குப் பழகிக்கொண்டிருக்கிறார்கள். தொழில் வளர்ச்சி போன்றவற்றிற்குக் கொடுக்கும் முக்கியத் துவத்தைக் கொடுத்து இதைக் கவனிக்க வேண்டியது அவசியம்.

•

[23]

தாஜ்மகாலே கட்டினாலும்... நீதிமன்றத்தின் எச்சரிக்கை!

நாட்டில் சமத்துவம், மனித உரிமைகள், சுற்றுச்சூழல் முதலான பலவற்றைக் காக்கப் போதிய சட்டங்களும் வழிகாட்டு நெறிமுறைகளும் இருக்கின்றன. ஆனால், அரசு அமைப்புகளோ தனியார் துறையினரோ தனிநபர்களோ இவற்றை மீறுவதும் இயல்பாக நடந்துகொண்டுதான் இருக்கிறது. சட்டத்தில் உள்ள சில பலவீனங்கள் மட்டுமின்றி, வழக்காடுதலிலும் வழக்கை நடத்துவதிலும் உள்ள பல சிக்கல்களாலும் இத்தகைய அத்துமீறல்கள் நடக்கின்றன.

எடுத்துக்காட்டாக சட்டமன்ற, நாடாளுமன்ற உறுப்பினர்களைத் தகுதி நீக்கம் செய்யும் பல வழக்குகளில் உறுப்பினர்களின் பதவிக் காலம் முடியும்வரை தீர்ப்பு வருவதில்லை. இந்நிலையில் சட்டங்களை மட்டும் வைத்துக்கொண்டு என்ன செய்வது என்னும் ஆற்றாமை குடிமக்களுக்கு எழுவது இயல்புதான்.

தடுக்க முடியாமல்போகும் இத்தகைய அத்துமீறல்களில் அதிகம் பலியாகும் அம்சங்களில் சுற்றுச்சூழல் பாதுகாப்பும் அடக்கம். ஏனென்றால் மக்களின் அன்றாட வாழ்க்கை சார்ந்த பல செயல்பாடுகளும் அரசு, தனியார் துறைகளின் செயல்பாடுகளில் பலவும் இயல்பாகவே சுற்றுச்சூழலுக்குச் சவாலாக அமைந்து விடுகின்றன.

சுற்றுச்சூழலுக்குக் குந்தகமான செயல்பாடுகள்

சிகரெட் புகைப்பது, வாகனங்களையும் குளிர் சாதனப் பொருள் களையும் பயன்படுத்துவது போன்ற மக்களின் பல செயல்பாடுகள் சுற்றுச்சூழலைப் பாதிக்கக்கூடியவை. அது போலவே, தொழிற் சாலைகளின் கழிவுகள் போன்ற பல தொழில்துறை நடவடிக்கைகள் சுற்றுச்சூழலுக்கு உலை வைப்பவை. அரசு மேற்கொள்ளும் வளர்ச்சித் திட்டங்களுக்காக மரங்களை வெட்டுவது, நீர்நிலைகளின் மீது கட்டுமானங்களை எழுப்புவது ஆகியவையும் நடக்கின்றன. இவற்றில் பலவற்றை முற்றிலுமாகத் தவிர்க்க முடியாது என்பதால் வளர்ச்சிக்கும் சுற்றுச்சூழலுக்கும் இடையே சமநிலை பேணுவதற்கு முக்கியத்துவம் அளிக்க வேண்டியிருக்கிறது.

சுற்றுச்சூழலைக் கடுமையாகப் பாதிக்கக்கூடிய நடவடிக்கை களுக்கு எதிராகவும், வளர்ச்சித் திட்டங்களுக்காக இயற்கை வளங்களை நாசமாக்குவதற்கு எதிராகவும் சட்ட ரீதியாகவும் அரசியல் ரீதியாகவும் பல விதமான போராட்டங்கள் மேற்கொள்ளப்படுகின்றன. வளர்ச்சிக்கு எதிரான குரலாகப் பார்க்கப்படுவதால் இந்தப் போராட்டங்களுக்கு உரிய பலன்கள் கிடைப்பது அரிதாகவே இருக்கிறது. எனினும் ஒரு சில பிரச்சினைகளில் நம்பிக்கை தரும் சலனங்களும் ஏற்படுகின்றன. அவற்றில் ஒன்றுதான் அண்மையில் சென்னை உயர் நீதிமன்றம் தெரிவித்த கருத்து.

எஸ்.டி.ஆறுமுகம் என்பவர் சென்னை உயர் நீதிமன்றத்தில் மனு தாக்கல் செய்திருந்தார். நாகப்பட்டினத்தில் நீர்நிலைகளை ஆக்கிரமித்து ரயில்வே நடைபாதை கட்டப்படுகிறது எனவும், இந்தக் கட்டுமானத்துக்குத் தடை விதித்து உத்தரவிட வேண்டும் எனவும் கோரியிருந்தார். இந்த வழக்கு தலைமை நீதிபதி சஞ்ஜிப் பானர்ஜி, நீதிபதி செந்தில்குமார் ராமமூர்த்தி ஆகியோர் அடங்கிய அமர்வு முன் ஜூன் 30 அன்று விசாரணைக்கு வந்தது.

மனுதாரர் தரப்பில் ஆஜரான வழக்கறிஞர் வி.கார்த்திகேயன், ரயில்வே நடைபாதைக்காக இரண்டு நீர்நிலைகள் முற்றிலுமாக அழிக்கப்பட்டுள்ளன என்று தெரிவித்தார். ரயில்வே தரப்பில் ஆஜரான வழக்கறிஞர் பி.டி.ராம்குமார், நடைபாதைக் கட்டுமானப் பணிகள் முடிவடைந்து பயன்பாட்டுக்கு வரத் தயார் நிலையில் இருக்கிறது என்றார். அதாவது நீர்நிலைகள் முற்றிலுமாக அழிக்கப்பட்டு அந்த இடத்தில் நடைபாதை கட்டி முடித்தாயிற்று.

இந்தச் சமயத்தில் அதை என்ன செய்வது என்பது அரசுத் தரப்பின் வாதம்.

ஆனால் நீதிபதிகள் இந்த வாதத்தை ஏற்கவில்லை. 'நீர்நிலைகளை ஆக்கிரமித்து தாஜ்மகாலே கட்டினாலும் இடிக்கப்படும். உயர் நீதிமன்றத்துக்கு வரும் பெரும்பாலான வழக்குகள், தேசிய நெடுஞ்சாலை ஆணையம், ரயில்வே துறை வளர்ச்சிப் பணி களுக்காக நீர்நிலைகளை ஆக்கிரமித்ததை எதிர்த்து தொடரப்படும் வழக்குகளாகவே உள்ளன. வளர்ச்சித் திட்டங்கள் அவசியமானது என்றாலும் அவை இயற்கை வளங்களை ஒட்டுமொத்தமாக பாதிக்கும் வகையில் இருக்கக் கூடாது. குறிப்பாக, நீர் வளங்களை பாதிப்பதாக இருக்கக் கூடாது' என்று கூறினார்கள்.

சம்பந்தப்பட்ட நிலம் எந்த வகையைச் சார்ந்தது, நடைபாதைக் கட்டுமானத்தை இடிக்கச் செலவாகும் தொகை ஆகியவை குறித்துத் தமிழக அரசும் தெற்கு ரயில்வேயும் மூன்று வாரங்களில் பதிலளிக்க நீதிபதிகள் அமர்வு உத்தரவிட்டு விசாரணையை ஒத்திவைத்தனர்.

கட்டப்பட்ட நடைபாதை இடிக்கப்பட்டு நீர்நிலைகள் மீண்டும் உயிர்பெறுமா என்பதை அறிய இன்னும் சில வாரங்கள் பொறுத்திருக்க வேண்டும். சில மாதங்கள்கூட ஆகிவிடலாம். ஆனால், நீதிபதிகள் தெரிவித்த கருத்துக்கள் சுற்றுச்சூழல் பாதுகாப்பு தொடர்பாக முக்கியத்துவம் வாய்ந்தவை. கட்டிவிட்டோம், இனிமேல் என்ன செய்வது என்னும் வாதம் ஏற்கத்தக்கதல்ல என்றும் தாஜ்மகாலே ஆனாலும் நீர்நிலைகளின் மீது கட்டினால் அதை இடிக்க வேண்டியதுதான் என்றும் நீதிமன்றம் சொல்லியிருப்பது வளர்ச்சிப் பணிகளைத் திட்டமிடுவது குறித்த முக்கியமான எச்சரிக்கையை முன்வைக்கிறது. இதுபோன்ற வாதங்களைச் சொல்லித் தப்பித்துக்கொள்ள முடியாது என்று சென்னை உயர் நீதிமன்றம் கூறியிருக்கும் கருத்தை நாட்டின் பிற நீதிமன்றங்களும் எதிரொலித்தால் சுற்றுச்சூழல் பாதுகாப்பில் அது முக்கியமான திருப்பமாக இருக்கும்.

வளர்ச்சி என்பது இயற்கை வளங்களையும் மனித வாழ்வின் அடிப்படையான அலகுகளையும் சமத்துவம், சம உரிமை, குழந்தைகள் நலன் போன்றவற்றையும் அலட்சியம் செய்வதாக இருக்கக் கூடாது என்று ஐ.நா.வின் வளங்குன்றா வளர்ச்சி இலக்கு (SDG - Sustainable Development Goals) அல்லது நிலைத்து நிற்கும் வளர்ச்சிக்கான இலக்குத் திட்டம் வரையறுக்கிறது. சுற்றுச்சூழல்,

இயற்கை வளம் ஆகியவை உள்ளிட்ட பல்வேறு கூறுகளைப் பாதிக்காத வளர்ச்சியாக இருந்தால்தான் அது நிலைத்த வளர்ச்சியாக இருக்கும் இன்னும் பார்வையே இதன் அடிப்படை. அதனாலேயே இது வளங்குன்றா வளர்ச்சி இலக்கு எனக் குறிப்பிடப்படுகிறது.

ஏழ்மையின்மை, பசியின்மை, ஆரோக்கியம், தரமான கல்வி, பாலினச் சமத்துவம், தூய்மையான நீர், புதுப்பிக்கவல்ல எரிசக்தி உற்பத்தி, நலப் பணிகள், சமத்துவம், வளங்களைப் பொறுப்பான முறையில் பயன்படுத்துதல், காலநிலை மாறுபாட்டையும் அதன் பாதிப்புகளையும் எதிர்கொள்ளும் நடவடிக்கை, பெருங்கடல் வளங்களைப் பேணுதல், பொது அமைதி, அனைவருக்குமான நீதி முதலான குறிக்கோள்கள் SDGயில் உள்ளன. இவற்றைப் பாதிக்காத வளர்ச்சிதான் வளர்ச்சி என்கிறது ஐ.நா.

இந்தப் பின்னணியில்தான் கட்டுமானம் கட்டி முடித்தாகிவிட்டது என்று சொல்லித் தப்பித்துக்கொள்ள முடியாது என்னும் கருத்து முக்கியத்துவம் பெறுகிறது. நீர்நிலைகளை அழித்து அங்கே ஏதோ ஒன்றைக் கட்டுவது என்பது முறையான வளர்ச்சித் திட்டம் அல்ல என்னும் கருத்தை நீதிமன்றம் உரக்கச் சொல்லியிருக்கிறது.

நீதிமன்றங்கள் எல்லாச் சமயங்களிலும் இந்தக் கருத்தைப் பிரதிபலிப்பதில்லை. உயர் நீதிமன்ற மதுரைக் கிளை நீர்நிலைகளின் மீது கட்டியது எனக் கூறி அதை எதிர்த்து வழக்கு போட்டவருக்கு அபராதம் விதிக்கப்பட்டது என்பதைச் சுற்றுச்சூழல் ஆர்வலர்கள் சுட்டிக்காட்டுகிறார்கள்.

எனினும், வளர்ச்சிப் பணிகளைத் திட்டமிடுவது குறித்த எச்சரிக்கையை முன்வைத்திருப்பதால் சென்னை நீதிமன்றத்தின் இந்தத் தீர்ப்பு சுற்றுச்சூழல் கண்ணோட்டத்தில் மிகுந்த முக்கியத்துவம் பெறுகிறது. இதுபோன்ற கருத்துக்களும் இவற்றை ஒட்டிய தீர்ப்புக்களும் அதிகரித்தால் வளர்ச்சிக்கும் சுற்றுச் சூழலுக்கும் இடையே நிலவும் முரண்பாடுகளைக் களைவதற்கான வழி பிறக்கும்.

•

[24]

முதலில் முத்திரை குத்து, பிறகு முகத்தில் குத்து: இந்துத்துவப் போர் முறை?

லவ் ஜிகாத் என்ற சொல்லாடலைக் கேள்விப்பட்டிருப்பீர்கள். அண்மையில் ஊடகங்களில் அடிபட்ட சொல் அது. ஜிகாத் என்பது இஸ்லாமியர்களின் மத அடிப்படையிலான புனிதப் போர். காதலின் மூலம் அவர்கள் இந்துக்களின் மீது ஜிகாத் தொடுக்கிறார்கள் என்பதுதான் லவ் ஜிகாத் என்பதன் பொருள். இந்துத்துவச் செயல்பாட்டாளர்கள் முஸ்லிம் - இந்து கலப்புத் திருமணங்களை இந்தப் பெயரிட்டு அழைத்ததும் அதற்கு எதிராகப் போராடியதும் அண்மைக்கால நிகழ்வுகள்.

பரபரப்பான சாலைகளில் வியாபாரிகளால் ஏற்படும் போக்குவரத்து நெரிசலும் இன்ன பிற பிரச்சினைகளும் உலகம் முழுவதும் இருப்பவை. உள்ளூர் நிர்வாகம் இதற்கு நடவடிக்கை எடுக்க வேண்டும். போக்குவரத்துக்கும் மக்கள் நடமாட்டத்திற்கும் இடையூறு ஏற்படுத்தாமல் பார்த்துக்கொள்ள வேண்டிய பொறுப்பு உள்ளூர் நிர்வாகத்திற்கும் காவல் துறைக்கும் இருக்கிறது. அரசியல் கட்சிகள் இது குறித்துக் கோரிக்கை எழுப்புவதிலோ அதை வலியுறுத்திப் போராட்டம் நடத்துவதோ தவறல்ல. ஆனால், குறிப்பிட்ட பிரிவினருக்கு எதிராக மட்டுமே இந்தக் கோரிக்கையை முன்வைப்பதும் போராட்டத்தில் ஈடுபடுவதும் வகுப்புவாத நடவடிக்கைகளாகவே அமையும். அதில் வன்முறையில் இறங்குவதும் கட்சி சேனல்கள் அதை ஆதரிப்பதும் அத்துமீறலின் விபரீதமான பரிமாணங்கள். இதையெல்லாம் பார்க்கும்போது

தில்லியில் உள்ளூர் நிர்வாகம், காவல் துறை ஆகியவை செயல்படுகின்றனவா என்னும் கேள்வியே முதலில் எழுகிறது. தில்லி காவல் துறை மத்திய அரசின் கட்டுப்பாட்டில் இருப்பதையும் இங்கே குறிப்பிட வேண்டும்.

சொல்லாடல்கள் என்னும் ஆயுதம்

பாஜகவினர் முன்வைக்கும் சொல்லாடல்களும் அவற்றை முன்வைக்க அவர்கள் பயன்படுத்திக்கொள்ளும் சமூகப் பிரச்சினைகளும் கூர்ந்த கவனத்திற்கு உரியவை. பழ வியாபாரிகள் சாலையை ஆக்கிரமிப்பது என்பது ஒரு பொதுப் பிரச்சினை. பல இடங்களில் இதற்குப் பல தீர்வுகள் முன்வைக்கப்பட்டிருக்கின்றன. தீர்வுகளைத் தாண்டிப் பிரச்சினைகள் தொடர்வதையும் பல இடங்களில் காணலாம். மக்கள் கூடும் இடங்களில்தான் வியாபாரம் நடக்கும், அப்படி நடப்பதால் மக்களுக்குத் தொந்தரவு ஏற்படும். இவை இரண்டும் ஒன்றையொன்று சார்ந்தவை; ஒன்றையொன்று வளர்ப்பவை. எனவே எளிதில் தீர்க்க முடியாத சிக்கலாக இது ஆகிவிடுகிறது. சிக்கலான இந்தப் பிரச்சினையை நிர்வாகம் கவனமாக அணுகிப் பல தரப்பினருடனும் கலந்து பேசித் தீர்வுகாண வேண்டும். அந்தத் தீர்வை அமல்படுத்தத் தொடர்ந்து கண்காணிப்புகளை மேற்கொள்ள வேண்டும். இதில் அரசியல் கட்சிகள் வகுப்புவாதப் பிரச்சாரம் மேற்கொள்வதற்கோ வன்முறையில் இறங்குவதற்கோ இடமில்லை.

பொதுவான ஒரு பிரச்சினையை முன்வைத்து முஸ்லிம்களை இலக்காக்கும் வழக்கம் இந்துத்துவச் செயல்பாட்டாளர்களுக்குப் புதிதல்ல. லவ் ஜிகாத் போன்ற சொல்லாடல்கள் இந்த வகையில் வருபவை. தமிழ்நாட்டில் சாதி எல்லைகளைத் தாண்டி நடக்கும் கலப்புத் திருமணங்களைச் சிலர் ஆணவக் கொலைகள் மூலம் எதிர்கொள்கிறார்கள். வடக்கில் மத எல்லைகளைத் தாண்டி நடக்கும் கலப்புத் திருமணங்களை வைத்து இந்துத்துவர்கள் வகுப்புவாதப் பிரச்சாரம் மேற்கொள்கிறார்கள். பிறகு வன்முறையில் இறங்குகிறார்கள். தமிழ்நாட்டிலும் சாதி மறுப்புக் காதல்களுக்கு எதிரான ‘நாடகக் காதல்’ என்னும் சொல்லாடல் முதலில் முன்வைக்கப்பட்டது இங்கு நினைவுகூரத்தக்கது.

தாங்கள் எதிரியாகக் கட்டமைப்பவர்களுக்கு எதிராக நேரடியான தாக்குதலைத் தொடுப்பதற்கு முன்பு அவர்களைப் பொது எதிரிகளாகச் சித்தரிக்கும் வழக்கம் பாசிசத்தின் வழிமுறை. கலப்புத் திருமணங்களில் ஈடுபடும் முஸ்லிம்கள், சாலையோர முஸ்லிம்

வியாபாரிகள் ஆகியோரைப் பொது எதிரிகளாகச் சித்தரிப்பது இந்துத்துவர்கள் செய்யும் முதல் காரியம். இதற்குத்தான் லவ் ஜிகாத், ரெடி ஜிகாத் போன்ற சொல்லாடல்கள் பயன் படுத்தப்படுகின்றன. அதாவது, 'அவர்கள்' குறிப்பிட்ட நோக்குடன் 'நம்' மீது போர் தொடுக்கிறார்கள் என்னும் செய்தியை இந்துக்கள் மத்தியில் பரப்புவது. தாக்க வருகிறார்கள், ஜாக்கிரதை என்று எச்சரிப்பது. இதன் மூலம் இந்துக்கள் மனங்களில் 'அவர்கள்' (முஸ்லிம்கள்) மீது ஐயத்தையும் வெறுப்பையும் ஏற்படுத்துவது. அதன் பிறகு 'செயலில்' இறங்குவது.

இந்தப் போக்குதான் தற்போது தில்லியில் செயல்படுத்தப்பட்டு வருகிறது. முதலில் பொது விரோதி என முத்திரை குத்துவது. பிறகு அதன் அடிப்படையில் வெறுப்பை உருவாக்குவது. அதன் பின் 'நேரடி' நடவடிக்கையில் ஈடுபடுவது. அப்படி நடவடிக்கையில் ஈடுபடும்போது அதற்குப் பொதுத் தளத்தின் ஆதரவு கணிசமான அளவில் கூடியிருக்கும். இதுவே இந்த உத்தியின் சூட்சுமம்.

அபாயகரமான ஆயுதம்

இன்று முஸ்லிம்களைப் பல்வேறு வகைமைகளில் கட்டம்கட்டிப் பொது எதிரிகளாகச் சித்தரித்துப் பின் தாக்குதலில் ஈடுபடும் இந்த உத்தியை நாளை யாரும் எந்தப் பிரிவினருக்கு எதிராகவும் முன்னெடுக்க முடியும் என்பது இதில் உறைந்திருக்கும் இன்னொரு பெரும் அபாயம். தில்லியில் இருக்கும் ஆம் ஆத்மி, காங்கிரஸ் உள்ளிட்ட கட்சிகள் இதன் அபாயத்தை உணர்ந்து அரசியல் ரீதியாகவும் சட்ட ரீதியாகவும் இதை எதிர்த்துக் களம் இறங்க வேண்டும். இல்லையேல் 'ஜிகாத்'துக்கு எதிரான இந்தப் 'போர்' மேலும் பல வெற்றிகளைப் பெற்று மேலும் பல இடங்களுக்கும் பரவும்.

பாஜக வலுவாக இருக்கும் இடங்களில் இந்துத்துவர்கள் இத்தகைய செயல்களில் இறங்குவதைப் பார்க்கும்போது பாஜகவின் வலிமை அல்லது வளர்ச்சி என்பது வெறும் அரசியல் அதிகாரம் தொடர்பானது மட்டுமல்ல என்பதை மீண்டும் ஒருமுறை நாம் நினைவுபடுத்திக்கொள்ள வேண்டியிருக்கிறது.

•

[25]

சரஸ்வதி: இல்லாத நதிக்கு இத்தனை கோடிகளா?

வடமேற்கு இந்தியாவில் பூமிக்கடியில் இருப்பதாக நம்பப்படும் பண்டைய நதியான சரஸ்வதி பற்றி ஆராய்ச்சி செய்ய ரூ. 6 கோடியில் மத்திய அரசு குருட்சேத்திரப் பல்கலைக்கழகத்தின் CERSR மையத்தை நியமித்துள்ளது. ஹரியானா அரசு இதற்கும் வேறு பல வேலைகளுக்கும் கூடுதலாக ரூ.600 கோடியை ஒதுக்கியுள்ளது. ரூ.120 கோடியில் சரஸ்வதி பாரம்பரிய வளர்ச்சி வாரியத்தையும் (SHDB) அரசு அமைத்துள்ளது. இந்த நடவடிக்கைகள் பல கேள்விகளை எழுப்புகின்றன.

நம்பிக்கைகள் கேள்விக்கு அப்பாற்பட்டவை. சனிக்கிழமை தோறும் ஆஞ்சனேயர் கோவிலுக்குச் சென்று வழிபட்டுவந்தால் நினைத்த காரியம் நிறைவேறும் என்று ஒருவர் நம்பலாம். அதைச் செயலிலும் கொண்டுவரலாம். அது அவருடைய தனிப்பட்ட நம்பிக்கை. அதைக் கொண்டிருக்கவும் அதன் அடிப்படையில் செயல்படவும் அவருக்கு முழு உரிமையும் உண்டு. அதற்காகத் தன் கைக்காசைச் செலவழிக்கவும் அவருக்கு உரிமை உண்டு.

ஆனால், நவீன அரசாங்கம் அல்லது பொது அமைப்புகள் செய்யும் செலவுகள் நம்பிக்கையை அடிப்படையாகக் கொண்டவையாக இருக்க முடியாது. மக்கள் தமது நம்பிக்கையைப் பேணுவதற்கான பொது ஏற்பாடுகளை – சாலை வசதிகள், போக்குவரத்து முதலானவை – அரசு செய்துதரலாம். ஆனால் அது தானே வழிபாட்டிலும் யாகத்திலும் சடங்குகளிலும் ஈடுபட முடியாது.

இதற்கு இரண்டு காரணங்கள். நவீன அரசாங்கங்கள் நம்பிக்கையின் அடிப்படையில் அல்ல, அரசியல் சட்டத்தின் அடிப்படையில் அதில் முன்வைக்கப்பட்டுள்ள விழுமியங்களின் அடிப்படையில் இயங்க வேண்டும். இந்தியா தன்னை மதச்சார்பற்ற அரசு என அறிவித்துக் கொண்டுள்ளது. எனவே எந்த மதத்தின் சடங்கு, சம்பிரதாயங்களையும் முன்னிறுத்தி அது செயல்பட முடியாது. அரசாங்கத்தில் உள்ளவர்கள் தனிப்பட்ட முறையில் அத்தகைய நம்பிக்கையைக் கொண்டிருப்பதோ அவற்றுக்கேற்பச் செயல் படுவதோ தவறில்லை.

சரஸ்வதி நதி என்பது ரிக் வேதத்தில் குறிப்பிடப்படும் நதி. அப்படி ஒரு நதி பூமியின் மேற்பரப்பில் இல்லை. இது நிலத்திற்கடியில் இன்னமும் ஓடிக்கொண்டிருக்கிறது என்பது இந்துக்களின் நம்பிக்கை. உத்தரப் பிரதேச மாநிலத்தில் உள்ள அலகாபாத்தில் உள்ள திரிவேணி சங்கமம் எனுமிடத்தில் கங்கை, யமுனை ஆறுகளுடன் இந்த சரஸ்வதி ஆறும் வந்து கட்புலனாகாமல் கலப்பதாக நம்பப்பட்டு 12 ஆண்டுகளுக்கு ஒரு முறை கும்பமேளா நிகழ்த்தப்படுகிறது. பெருவாரியான மக்கள் பக்தியுடனும் அசாத்தியமான நம்பிக்கையுடனும் இந்த விழாவில் கூடுவதால் அதற்கான ஏற்பாடுகளை அரசு செய்வதில் தவறில்லை. ஆனால், வேதத்திலும் புராணங்களிலும் பிரார்த்தனை சுலோகங்களிலும் குறிப்பிடப்படும் சரஸ்வதி நதி பற்றி ஆராய்ச்சி செய்யக் கோடிகளைச் செலவழிப்பதுதான் கேள்விக்குரியதாக ஆகிறது.

பண்டைய நூல்களில் குறிப்பிடப்படும் அம்சங்கள் குறித்து ஆராயக் கூடாது என்பதில்லை. ஆனால் அவற்றுக்கு அறிவியல் ரீதியான அடிப்படை ஆதாரம் ஏதேனும் இருக்க வேண்டும். அறிவியல் ரீதியான கண்ணோட்டத்தை வளர்த்தெடுப்பதைத் தன் குறிக்கோள்களில் ஒன்றாகக் குறிப்பிட்டிருக்கும் அரசியல் சட்டத்தைக் கொண்டிருக்கும் ஒரு நாட்டில் இதுவரை அறிவியல் ரீதியான சான்று ஏதும் கிடைத்திராத ஓர் தொன்மத்தைக் குறித்து 'ஆராய்ச்சி' செய்ய இத்தனை கோடிகளைச் செலவுசெய்வது கேள்விக்குறியதாகிறது.

'பிள்ளையாருக்கு ஆனை முகம் வந்தது குறித்த கதையை நாம் கேள்விப்பட்டிருக்கிறோம். மருத்துவமனை மற்றும் ஆய்வு மையம் ஒன்றைத் திறந்துவைத்துப் பேசியபோது, இந்தக் கதையைக் குறிப்பிட்டுப் பேசிய பிரதமர் நரேந்திர மோடி இந்தியாவில் பிளாஸ்டிக் சர்ஜரி மருத்துவ நுட்பம் இருந்திருக்கக்கூடும் என்று பேசினார்.

‘மகாபாரதத்தில் கர்ணன் தாயின் கருவறையிலிருந்து பிறந்தவரல்ல என்று கூறப்பட்டுள்ளது. அதாவது இதிகாசம் எழுதப்பட்ட அந்தக் காலகட்டத்தில் மரபணு விஞ்ஞானம் இருந்துவந்துள்ளதை இது அறிவுறுத்துகிறது. நாம் விநாயகரை வணங்குகிறோம். அவரது மனித உடலில் யானையின் தலையைப் பொருத்திய பிளாஸ்டிக் சர்ஜன்கள் அப்போது இருந்திருக்க வேண்டும்’ என்று பேசினார். இது அறிவுக்குப் புறம்பான சிந்தனை என்று முன்னணி நாளிதழ் ஒன்றில் ஊடகர் கரண் தாப்பர் எழுதினார்.

மோடி ஸ்மார்ட் சிட்டிகளை உருவாக்க வேண்டும் என்கிறார், கல்விக்கான தேவையை வலியுறுத்துகிறார். செவ்வாய் கிரக சாதனை கண்டு பெருமை கொள்கிறார். டிஜிட்டல் இந்தியா மேல் அவருக்கு நம்பிக்கை இருக்கிறது, புல்லட் ரயில்களை இறக்குமதி செய்யவேண்டும் என்கிறார். அதி தொழில்நுட்ப ஆயுதங்களை இந்தியாவிலேயே தயாரிக்க வேண்டும் என்கிறார். இவை எல்லாம் 21ஆம் நூற்றாண்டு லட்சியங்கள். இவையெல்லாம் அவர் விதந்தோதும், விஞ்ஞானபூர்வமாக சரி பார்க்க முடியாத, புராணக் கதைகளுடன் எப்படி ஒத்துப் போகும்? இது முரண்பாடல்லவா என்று கரண் தாப்பர் கேள்வி எழுப்புகிறார்.

நம்பிக்கை என்ற அளவில் மோடி சொல்லும் கதைகளில் எந்தச் சிக்கலும் இல்லை. இவற்றுக்குப் பின்னால் தத்துவமும் படைப் பாற்றலும் இலக்கியச் செறிவும் உள்ளது என்று சொல்வதிலும் தவறில்லை. ஆனால், இவற்றை அறிவியல் வெளிச்சத்தில் வைத்துப் பேசுவதுதான் சிக்கலானது. அறிவியலின் வழிமுறைகள் வேறு. அது மிகக் கறாராகக் காரண காரிய வாதத்தில் வேர் கொண்டது. ஐயம் திரிபு அற, அனைத்து விதமான ஆட்சேபங் களுக்கும் பதில் சொல்ல முடிந்தால் அன்றி எதையும் அது ஒப்புக்கொள்ளாது. மோடியின் இந்தப் பேச்சின் அடிப்படையில் கர்ணனின் பிறப்பு, பிள்ளையாரின் தலை ஆகியவற்றை ஆராய்ச்சி செய்ய 500 கோடி ரூபாய் ஒதுக்கினால் என்ன ஆவது?

வேதத்திலும் புராணங்களிலும் குறிப்பிடப்படும் ஒரு மாய நதியைக் கண்டுபிடிக்க அரசு இத்தனை பணம் செலவழிப்பது அதன் அறிவியல் அணுகுமுறையைக் கேள்விக்கு உட்படுத்துகிறது.

கோவிட் பெருந்தொற்று பெரும் அபாயத்தை ஏற்படுத்தியிருக்கும் நிலையில் இத்தகைய செலவுகளில் ஈடுபட வேண்டுமா என்னும் கேள்விக்கும் அரசு பதிலளிக்க வேண்டியிருக்கிறது. கண்ணெதிரில் இருக்கும் நதிகள் சாக்கடைகளாக மாறிக்கொண்டிருக்கின்றன.

ஆயிரக்கணக்கான நீர்நிலைகள் போதிய கவனிப்பின்றி வற்றிப்போகின்றன. முறையற்ற வணிக நடவடிக்கைகளாலும் பொறுப்பற்ற சுற்றுலாக் கலாச்சாரத்தாலும் கடல் பகுதிகளும் வனப் பகுதிகளும் பெரும் அபாயத்திற்கு உள்ளாகியிருக்கின்றன. இவற்றைக் காப்பதற்கான வழிகளை ஆராய்ச்சி செய்வதே இன்றைய அவசர, அவசியத் தேவை.

•

[26]

சிசேரியனும் ‘சுகப்’ பிரசவமும்: அமைச்சருக்குச் சில கேள்விகள்

திமுக ஆட்சிப் பொறுப்பேற்றதிலிருந்தே பரபரப்பான பேச்சுக் களுக்கும் அறிக்கைகளுக்கும் பஞ்சமே இல்லை. அமைச்சர் பெருமக்கள் அவ்வப்போது அதிரடிகளைக் கொளுத்திப் போட்டுக் கொண்டிருக்கிறார்கள். அண்மையில் மருத்துவத் துறை அமைச்சர் மா.சுப்பிரமணியன் அத்தகைய கூற்றை முன்வைத்திருக்கிறார். விரும்பிய தேதியில் குழந்தை பிறக்க வேண்டும் என்ற எண்ணத்தில் சிசேரியன் செய்து குழந்தை பெற்றெடுப்பது தமிழகத்தில் அதிகரித்துவிட்டதாகத் தெரிவித்த அமைச்சர் விருப்பத்தின் பேரில் சிசேரியன் செய்வது ஏற்புடையதல்ல என்று கூறினார். இதைத் தடுக்க நடவடிக்கை எடுக்கப்படும் என்றும் சுகப்பிரசவத்தில் குழந்தை பெறுவதற்கு ஊக்குவிக்கப்படும் என்றும் கூறினார்.

அமைச்சரின் பேச்சில் இரண்டு பிரச்சினைகள் உள்ளன. ஒன்று விரும்பிய நேரத்தில் சிசேரியன் என்பது ஏற்புடையதல்ல என்னும் கருத்து. இரண்டாவது சுகப் பிரசவம் என்னும் சொல்லாடல்.

சிசேரியனை யார் தேர்வு செய்கிறார்?

குறிப்பிட்ட நேரத்தில் குழந்தை பிறந்தால் நல்லது என்று சிலர் முடிவெடுப்பதுண்டு. பிறப்பு நேரத்தை அடிப்படையாக வைத்துக் கணிக்கப்படும் ஜாதகம் இதில் முக்கியப் பங்கு வகிக்கிறது. எனவே ‘நல்ல’ ஜாதகம் அமைய வேண்டும் என்பதற்காக நேரம் பார்த்துக் குழந்தையைப் பெற்றுக்கொள்ளும் விருப்பம் சிலருக்கு இருக்கிறது.

இந்த முடிவுக்குப் பின்னால் உள்ள நம்பிக்கைகளைப் பகுத்தறிவு சார்ந்தும் உடல் நலம் சார்ந்தும் கேள்விக்குட்படுத்துவதலாம். சிசேரியன் என்னும் வசதி இருக்கிறது என்பதற்காகவே இயல்பு வழிப் பிரசவத்தைத் தவிர்த்துவிட்டு சிசேரியனைத் தேர்வு செய்வதற்குப் பின்னால் ஜாதகம் சார்ந்த காரணங்கள் இருந்தால் அதன் பாதிப்புகள் குறித்து அறிவுறுத்த வேண்டிய கடமை மருத்துவர்களுக்கும் மருத்துவத் துறை அமைச்சருக்கும் இருக்கிறது. ஏனெனில் இயல்பாகப் பிரசவம் நடக்க வாய்ப்பிருக்கும் நிலையில் சிசேரியனைத் தேர்வுசெய்வது என்பது உடல்நலத்தில் தேவையற்ற சில பிரச்சினைகளை ஏற்படுத்தி விடக்கூடும்.

பெரும்பாலான சிசேரியன்கள் உடல் நலம் தொடர்பான காரணங் களாலேயே நடைபெறுவதாகச் சென்னையைச் சேர்ந்த மகப்பேறு மருத்துவர் ஜீனத் பேகம் கூறுகிறார். தாய்க்கோ, சேய்க்கோ அல்லது இருவருக்குமோ சிக்கல் ஏற்படக்கூடிய சூழல்களிலோ மட்டுமே மருத்துவர்கள் இதைப் பரிந்துரைக்கிறார்கள் என்கிறார். நல்ல நேரம் போன்ற காரணங்களால் அந்தப் பெண்ணோ அவரைச் சேர்ந்தவர்களோ கேட்டு சிசேரியன் செய்துகொள்ளுவதெல்லாம் நடப்பதில்லை என்றும் அவர் சொல்கிறார். அப்படியே நடந்தாலும் அது எண்ணிக்கையில் மிகவும் குறைவு என்கிறார் அவர்.

தேர்வு என்னும் சிக்கல்

இந்தத் தேர்வு என்னும் விஷயம் மிகவும் சிக்கலானது. ஒரு பெண் பல காரணங்களால் சிசேரியனைத் தேர்வுசெய்யலாம். இயல்பான பிரசவத்தால் ஏற்படக்கூடிய சொல்லொணாத வலியும் வேதனையும் அதில் முக்கியப் பங்கு வகிக்கலாம். பிரசவ வலி எடுத்து இடுப்பு நோகப் பிள்ளை பெற்றெடுப்பதுதான் தாய்மைக்குரிய பண்பு என்னும் நம்பிக்கை நம் சமுதாயத்தில் ஆழமாக வேரூன்றியுள்ளது. வலிக்க வலிக்கப் பிள்ளை பெற்றால்தான் தாய்மை முழுமை அடைகிறது என்னும் நம்பிக்கை இதன் நீட்சியாக நிலவுகிறது. எனவே, எனக்கு அந்த வலியைத் தாங்க முடியாது, தயவுசெய்து சிசேரியன் செய்துவிடுங்கள் என்று ஒரு பெண் கேட்பதைப் பாவச் செயலாகப் பார்க்கும் மனப்பான்மை நம் சமூகத்தில் இருக்கிறது.

வலியைத் தாங்க முடியாமல் சிசேரியனைத் தேர்வு செய்யும் உரிமையைப் போலவே தான் நம்பும் 'நல்ல' நேரத்தில் குழந்தை பிறக்க வேண்டும் என்று விரும்புவதற்கும் ஒரு பெண்ணுக்கு உரிமை உண்டு. இது மூட நம்பிக்கை என்று கருதுபவர்கள் அதற்கு எதிரான

விழிப்புணர்வுப் பிரச்சாரத்தை மேற்கொள்ள வேண்டுமே தவிர அந்த நம்பிக்கையைக் கொண்டிருப்பதற்கான அந்தப் பெண்ணின் உரிமையைப் பறிக்க முடியாது.

இதைச் செய்தால் இன்ன பலன், இன்ன கஷ்டத்திற்கு இன்ன பரிகாரம், இந்தக் கோரிக்கைக்கு இந்த வேண்டுதல் என்று பல விதமான விரதங்களும் சடங்குகளும் பழக்க வழக்கங்களும் கடவுள் நம்பிக்கை கொண்டவர்களிடம் உலகம் முழுவதும் உள்ளன. ஜாதகத்தை நம்பிவதும் அத்தகைய பழக்கம்தான். மக்கள் சோதிடத்தை நம்புவதை இயல்பாக எடுத்துக்கொள்ள முடியும் என்றால் அதே சோதிடத்தின் அடிப்படையில் தன் குழந்தைப் பிறப்பைத் தேர்வு செய்யும் உரிமையை மட்டும் ஏன் இயல்புக்கு விரோதமானதாகப் பார்க்க வேண்டும்?

இந்த நம்பிக்கை சரியா தவறா என்பதல்ல இங்கு கேள்வி, அந்த நம்பிக்கையைக் கொண்டிருக்கும் உரிமை அந்தப் பெண்ணுக்கு இருக்கிறதா இல்லையா என்பதே. நம்பிக்கையைக் கொண்டிருக்கும் உரிமை இருக்கும் என்றால் அதன் அடிப்படையில் தன் குழந்தை பிறக்கும் நேரத்தைத் தேர்ந்தெடுக்கும் உரிமையும் அதன் தொடர்ச்சி தானே. தன் குழந்தை நல்ல நேரத்தில் பிறந்து நல்ல வாழ்க்கையைப் பெறுவதற்காக சிசேரியன் தரும் உடல் உபாதைகளைப் பொறுத்துக்கொள்வதைத் தேர்ந்தெடுப்பதும் ஒரு விதத்தில் தியாகம்தானே? 'தாய்மை' எனப் புனிதப்படுத்தப் படும் குணங்களில் இந்தத் தியாகமும் அடங்காதா?

இவை ஒருபுறம் இருக்க, சுகப் பிரசவம் என்னும் சொல்லாடலும் பெண்களால் கேள்விக்கு உட்படுத்தப்படுகிறது. பிரசவத்தில், 'சுகப்' பிரசவம் என்பது யாருடைய கண்டுபிடிப்பு என்று கேள்வி எழுப்புகிறார் எழுத்தாளர் ஸர்மிளா ஸெய்யீத். 'ஓலமிட்டு ஆ.... ம்மா எனப் பெருங்குரலில் கத்தாமல், உதடுகளைப் பற்களால் கடித்துக் கொண்டு முக்காமல் முனகாமல் எந்தப் பெண்ணாவது பிள்ளை பெற முடியுமா? இடுப்பு நரம்புகளைப் பெயர்க்கும் அந்த வலி சுகமா? குழந்தை உலகை எட்டிப்பார்ப்பதற்கு வசதியாக யோனியைக் கிழித்து வாசலை அகலப்படுத்துவது சுகமா? பின் அதனை தைத்து ஒட்டுவது சுகமா? எதுதான் சுகம்?' என்று அவர் தன்னுடைய ஃபேஸ்புக் பதிவில் கேள்வி எழுப்பி இருக்கிறார்.

'குழந்தையின் பீறிட்ட அழுகையைக் கேட்கும்போது, இரத்தம் தோய்ந்த மகவை நெஞ்சில் குப்புறக் கிடத்தும்போது, ஒரு ஆறுதல் உணர்வு தோன்றும். அந்த ஆறுதல் பிரசவ வலியைக் கடந்தோம்

என்கின்ற ஆறுதல். நான் இன்னும் உயிருடன்தான் இருக்கிறேன் என்கிற ஆறுதல். நானொரு ஒரு உயிரைத் தந்தேன் என்கிற ஆறுதல். என்னிலிருந்து வாழ்வின் சங்கிலி நீள்கிறது என்கின்ற ஆறுதல். மற்றும்படி பிரசவம் ஒவ்வொரு பெண்ணுக்கும் வலியும் வேதனையும் விரக்தியுமான அனுபவம். இந்த அனுபவத்தின் எந்த வாசனையையும் நுகராத ஒரு தடிமாடுதான் இந்த சுகப் பிரசவம் என்று சொல்லும் வழக்கத்தைக் கண்டுபிடித்திருக்க முடியும்' என்று அவர் கூறுகிறார்.

ஆங்கிலத்தில் நார்மல் டெலிவரி என்பது தமிழில் சுகப் பிரசவம் என வழங்கப்படுகிறது. இந்தச் சொல்லாடலையே கேள்விக்கு உட்படுத்த வேண்டிய தேவை இருக்கிறது. சுகம் என்றால் யாருக்குச் சுகம், பொறுக்க முடியாத வலியில் என்ன சுகம் வேண்டியிருக்கிறது என்று பெண்கள் கேட்கும் கேள்வியை அமைச்சரும் சுகப் பிரசவம் என்று பழக்கத்தின் காரணமாகச் சொல்பவர்களும் கணக்கில் எடுத்துக்கொள்ள வேண்டும். இயல்பான பிரசவம் அல்லது இயல்பு வழிப் பிரசவம் என்று சொல்லிப் பழகலாம்.

இது வெறும் சொல்லாடல் குறித்த பிரச்சினை அல்ல. பிரசவம் குறித்த பொதுப்புத்தியின் பிரச்சினை. இந்தச் சொல்லாடலும், சிசேரியன் அல்லது இயல்புவழிப் பிரசவத்தைத் தேர்ந்தெடுத்துக் கொள்ளும் பெண்ணின் உரிமையும் ஒன்றோடொன்று தொடர்பு கொண்டவை. இயல்பு வழிப் பிரசவத்தைக் காட்டிலும் சிசேரியன் பிரசவத்தால் மருத்துவமனைகளுக்கு அதிக வருமானம் கிடைக்கும் என்பதால் பல தனியார் மருத்துவமனைகள் தேவையற்ற சமயங்களிலும் சிசேரியனைப் பரிந்துரைக்கின்றன என்னும் குற்றச்சாட்டு பரவலாக முன்வைக்கப்படுகிறது. அமைச்சர் கவனிக்க வேண்டியதும் நடவடிக்கை எடுக்க வேண்டியதும் இத்தகைய சிசேரியன்களைக் குறித்துத்தான். வருமானத்திற்காகத் தேவையற்ற சிசேரியன்களைச் செய்யும் பழக்கம் அதிகரித்திருக் கிறது, இது ஏற்புடையதல்ல என அமைச்சர் சொல்லியிருக்க வேண்டும்.

ஒரு பெண் தனக்கான பிரசவம் எப்படி நடக்க வேண்டும் என்பதைத் தேர்ந்தெடுத்துக்கொள்ளும் உரிமையைக் கேள்வி கேட்கும் அமைச்சர் தன்னுடைய கேள்வியை மருத்துவமனைகளின் வணிக நோக்கிற்கு எதிராக எழுப்பட்டும். குழந்தை பெற்றுக்கொள்ளும் பெண் அதை எப்படிப் பெற்றுக்கொள்வது என்பதைத் தானே தீர்மானித்துக்கொள்ளட்டும்.

•

[27]

காவல் துறைக்கு இந்த உரிமையைத் தந்தது யார்?

காவல் துறையினரின் வன்முறைக்கு முருகேசன் என்னும் விவசாயி பலியானது தமிழ்நாடு முழுவதும் அதிர்ச்சியை ஏற்படுத்தி இருக்கிறது. தென்காசி மாவட்டத்தில் ஃபிரான்சிஸ் அந்தோணி என்ற மாற்றுத் திறனாளியை செங்கோட்டை போலீஸார் கொடூரமாகத் தாக்கிய விவகாரமும் அதே அளவுக்கு அதிர்ச்சியை ஏற்படுத்தியுள்ளது.

முருகேசன், ஃபிரான்சிஸ் அந்தோணி ஆகியோர் அண்மைக் கால உதாரணங்கள் மட்டுமே. கடந்த ஆண்டு சாத்தான்குளத்தைச் சேர்ந்த வியாபாரி ஜெயராஜ், அவருடைய மகன் பென்னிக்ஸ் ஆகியோர் போலீஸ் விசாரணைக்கு அழைத்து செல்லப்பட்டுத் தாக்கப் பட்டதில் உயிரிழந்தனர்.

விசாரணை என்னும் ஆயுதம்

குற்றம்சாட்டப்பட்டவர்களை அடிக்கக் காவல் துறையினருக்கு அதிகாரம் கிடையாது. ஆனால், விசாரணை என்ற பெயரில் இது அன்றாடம் நடக்கிறது. அன்றாடம் நடப்பதாலேயே அது இயல்பானதாகிவிட்டது. குற்றம்சாட்டப்பட்டவர்களையே அடிக்க முடியாது என்றால் சந்தேகத்தின் பேரில் ஒருவரை விசாரிக்கும்போது அடிப்பது அத்துமீறலின் உச்சம்.

விசாரணை என்ற பெயரில் குடிமக்களைக் காவல் நிலையத்தில் வைத்துக் கொடூரமாகத் தாக்கும் போக்கை அம்பலப்படுத்தியும்

விமர்சனம் செய்தும் எத்தனையோ செய்திக் கட்டுரைகள், திரைப்படங்கள் வெளியாகியிருக்கின்றன. ஆனால், இது தொடர்பாக நீதிமன்றங்களோ சட்டம் இயற்றும் மன்றங்களோ, அரசின் பொறுப்பில் இருப்பவர்களோ தெளிவான நடவடிக்கை எதுவும் எடுக்கவில்லை. எடுக்கப்படும் நடவடிக்கைகளும் குறிப்பான சம்பவங்கள் சார்ந்தவையாக இருக்கின்றனவே தவிர இந்தப் போக்குக்கு முற்றுப்புள்ளி வைக்குமளவிற்கு இல்லை.

குடிமக்கள் இதுபோன்ற தாக்குதலிலிருந்து தங்களைக் காப்பாற்றிக்கொள்ளச் சட்ட ரீதியாகவோ நடைமுறை சார்ந்தோ போதிய வழிகள் இல்லை என்பது நமது ஜனநாயகத்தின் களங்கம் என்றுதான் சொல்ல வேண்டும். சட்டத்தில் இருக்கும் சில வசதிகளும் பணமும் அதிகாரமும் உள்ளவர்களுக்கே பயன் படுகின்றன. சில வேளைகளில் அவர்களுக்கும்கூடப் பயன்படுவ தில்லை. அந்த அளவுக்குக் காவல் துறையினரின் நடைமுறை அதிகாரம் கோலோச்சுகிறது.

தேவைப்பட்டால் அடிப்பதற்கும் இதர வழிகளில் தாக்கு வதற்குமான அதிகாரத்தையும் உள்ளடக்கியதுதான் காவல் துறையினரின் அதிகாரம். இல்லையேல் அவர்கள் கையில் பிரம்பும் துப்பாக்கியும் தேவையில்லை. தண்டனை கொடுக்கும் அதிகாரம் நீதிமன்றத்திற்கு மட்டுமே உண்டு என்றாலும் நிலைமை கைமீறிப் போகும் சமயங்களில் நடவடிக்கை எடுக்கும் அதிகாரம் காவல் துறையினருக்கும் உண்டு. ஆனால், இந்த அதிகாரத்தைச் சட்டம் ஒழுங்கைக் காப்பதற்காகவும் பொது அமைதியை ஏற்படுத்து வதற்காகவும்தான் பயன்படுத்த வேண்டும். அப்பாவிகளுக்கு ஆபத்து நேராமல் தடுக்கப் பயன்படுத்த வேண்டும். கலவரங்களைத் தடுக்கப் பயன்படுத்த வேண்டும். குடித்துவிட்டு வண்டியை ஓட்டுதல், போக்குவரத்து விதிகளை மீறுதல் போன்றவற்றுக் கெல்லாம் பயன்படுத்துவதற்கான அதிகாரம் அல்ல இது. காவலர்களுடன் வாக்குவாதம் செய்பவர்களுக்கு எதிராகப் பயன்படுத்தக்கூடிய அதிகாரமும் அல்ல.

ஊசலாடும் உரிமைகள்

இவற்றையெல்லாம் சொல்ல வேண்டிய நிலையில் இன்னமும் இருக்கிறோம் என்பதே இந்தியாவில் சாதாரணக் குடிமக்களின் உரிமைகள் எந்த அளவுக்கு அபாயகரமானதாக இருக்கிறது என்பதைக் காட்டுகிறது. குடிமக்களுக்கான ஜனநாயக உரிமைகள் ஏட்டளவில் மட்டுமே இருக்கின்றன என்பதையும் இந்தத்

தாக்குதல்கள் காட்டுகின்றன. காவலர்கள் பொதுமக்களைப் பொது இடங்களில் விசாரிப்பது, பரிசோதனை செய்வது, காவல் நிலையத்தில் அவர்களை நடத்த வேண்டிய விதம் ஆகிய அனைத்திற்கும் சட்டபூர்வமான முறைகளும் விதிகளும் உள்ளன. சாலையில் நிறுத்தி விசாரிப்பவர்களை மரியாதைக் குறைவாகப் பேசும் உரிமைகூடக் காவலர்களுக்குக் கிடையாது.

ஆனால், சாமானிய மனிதர்கள் அன்றாடம் காவலர்களின் இழிவான சொற்களுக்கு ஆளாகிக்கொண்டிருக்கிறார்கள். பொதுமக்களை ஏய் என்றும் டேய் என்றும் அழைப்பதும் கெட்ட வார்த்தைபோட்டுத் திட்டுவதும் காவலர்களுக்கு மிகவும் இயல்பாகிப்போன பழக்கம். அதிலும் அடித்தட்டு மக்கள், வசதிக் குறைவானவர்கள், தொழிலாளிகள், சிறு வியாபாரிகள் ஆகியோருக்குக் காவல் துறையினர் குறைந்தபட்ச மரியாதைகூடக் கொடுப்பதில்லை.

பொது அமைதிக்குக் குந்தகம் ஏற்படக்கூடிய சாதாரணமான சூழல்களில் மட்டுமே பயன்படுத்த வேண்டிய அதிகாரங்களைச் சகட்டு மேனிக்கும் பயன்படுத்தும் உரிமையைக் காவலர்களுக்குத் தந்தது யார்? அதைக் கண்டித்துத் தடுக்க வேண்டிய ஆட்சியாளர்கள் அதைச் செய்யவிடாமல் தடுப்பது எது? எதிர்த்துக் கேள்வி கேட்பதையே காவலர்கள் பலரால் பொறுத்துக்கொள்ள முடிவதில்லை. அந்த அளவுக்கு அவர்களுக்குத் தங்களைப் பற்றி மிதமிஞ்சிய மதிப்பீடு உருவானது எப்படி?

எந்த ஆட்சியும் விதிவிலக்கல்ல

முருகேசன், ஃபிரான்சிஸ் அந்தோணி ஆகியோர் தாக்கப்பட்டதையொட்டி எதிர்க்கட்சிகள் கண்டனத்தைத் தெரிவித்திருக்கின்றன. 'காவல் துறையினர் அத்துமீறல்களில் ஈடுபடாமல் சட்டத்துக்கு உட்பட்டுச் செயல்பட முதலமைச்சர் அறிவுறுத்த வேண்டும்' என்று அதிமுக ஒருங்கிணைப்பாளர் ஓ.பன்னீர் செல்வம் கேட்டுக்கொண்டுள்ளார். காவல் துறையினரே தாக்குதல் நடத்துவது ஏற்றுக்கொள்ளக்கூடியது அல்ல; இது மனித உரிமையை மீறும் செயல் என்றும் முதலமைச்சர் இதில் தனி கவனம் செலுத்தி இது இவ்வாறான அத்துமீறல்கள் நடைபெறாமல் பார்த்துக்கொள்ள வேண்டும் என்றும் அவர் கூறியுள்ளார்.

ஆன்மிக ஞானி பேசுவதுபோன்ற தொனியில் பேசும் பன்னீர்செல்வம், ஓராண்டுக்கு முன்பு அவர் ஆட்சிப் பொறுப்பில் இருந்தபோது சாத்தான்குளத்தில் நடந்ததை மறந்துவிட்டார்

போலும். தந்தையையும் மகனையும் காவல் நிலையத்தில் வைத்துக் காவலர்கள் மிருகத்தனமாகத் தாக்கினார்கள். அப்போது துணை முதல்வராக இருந்த பன்னீர்செல்வமும் முதல்வராக இருந்த எடப்பாடி பழனிசாமியும் காவல் துறையினருக்கு என்ன அறிவுறுத்தினார்கள் என்பதைத் தெரிந்துகொள்ளும் உரிமை குடிமக்களுக்கு இருக்கிறது.

காவல் துறையினரின் தாக்குதலால் உயிரிழந்த முருகேசனின் குடும்பத்திற்குத் தமிழக அரசு பத்து லட்ச ரூபாய் இழப்பீடு வழங்கியுள்ளது. சம்பந்தப்பட்ட காவலர்கள் மீது நடவடிக்கை தொடங்கப்பட்டுள்ளது. மாற்றுத் திறனாளியான ஃபிரான்சிஸ் அந்தோணி விஷயத்தில் காவல் துறையினர் நடவடிக்கை எடுக்கக்கூட முன்வரவில்லை. அவருடைய மகள் அபிதா பல விதமான போராட்டங்களை முன்னெடுத்த பிறகே காவல் துறையினர் நடவடிக்கை எடுத்தார்கள்.

நடந்த தவறுகளுக்கு இழப்பீடு தருவதும் தவறு செய்த காவலர்கள் மீது நடவடிக்கை எடுக்க வேண்டியதும் ஒருபுறம் இருக்க, காவல் துறைத் தலைமையும் அரசும் செய்தாக வேண்டிய மிக முக்கியமான கடமை ஒன்று இருக்கிறது. குடிமக்களிடம் எப்படி நடந்துகொள்ள வேண்டும் என்று காவல் துறையினருக்குப் பாடம் எடுக்க வேண்டும். இனி ஒருபோதும் இதுபோன்ற சம்பவங்கள் நிகழாதவண்ணம் தடுப்பதற்கான நடவடிக்கைகளை உடனடியாக எடுக்க வேண்டும்.

பணிச் சுமை, பணிகளின் நெருக்கடி, குற்றங்கள் பெருக்கம், சட்டத்தின் ஓட்டைகளைப் பயன்படுத்திக் குற்றவாளிகள் தப்பித்துவிடுதல், கொடூரமான சமூக விரோதிகளை வழிக்குக் கொண்டுவருதல் போன்ற பல காரணங்களைச் சொல்லிக் காவலர்களின் அத்துமீறல்கள் நியாயப்படுத்தப்படுகின்றன. கொடுமையான குற்றங்கள் நடக்கும்போதெல்லாம் நடிகர் ரஜினிகாந்த் உள்படப் பலரும் காவல் துறையினருக்குக் கூடுதல் அதிகாரம் வழங்குவது பற்றிப் பேசுவார்கள்.

ஆனால், போக்குவரத்து விதி மீறல், காவலருடன் வாக்குவாதம் முதலான அற்பக் காரணங்களுக்காகவெல்லாம் குடிமக்களைக் காவல் துறையினர் அடித்துத் துவைக்கும்போது அவர்கள் குடிமக்களின் உரிமை, கண்ணியம், பாதுகாப்பு ஆகியவை பற்றிப் பேசுவதே இல்லை.

‘அடிச்சுக் கொல்ற அளவுக்கு எங்க அப்பா அப்படி என்ன தப்பு பண்ணினாரு...’ என்று முருகேசனின் மகள் கேட்டதாக ஊடகம் ஒன்றில் பதிவாகியுள்ளது. அவர் என்ன தப்பு செய்திருந்தாலும் அவரை அடித்துக் கொல்ல யாருக்கும் உரிமை இல்லை என்னும் அடிப்படை உண்மை இங்கே உரக்கப் பேசப்பட வேண்டும். சகல ஊடகங்களிலும் மேடைகளிலும் இந்தச் செய்தி ஒலிக்க வேண்டும். குடிமக்களைத் தாக்கும் உரிமை காவலர்களுக்கு இருக்கிறதா என்னும் கேள்வி உரக்க ஒலிக்க வேண்டும். அதற்கான உரிமை இல்லை என்னும் செய்தி காவலர்கள் மத்தியிலும் பொதுமக்கள் மத்தியிலும் ஆழமாக ஊடுருவினால்தான் இத்தகைய அதிகாரக் கொடூரங்கள் முடிவுக்கு வரும்.

•

[28]

மோடியை எதிர்கொள்ள ராகுல் என்ன செய்ய வேண்டும்?

எதிர்க்கட்சிகளின் புதிய கூட்டணி பற்றிய பேச்சுக்கள் வலுவாக எழுந்திருக்கும் நிலையில் பிரதான எதிர்க்கட்சியான காங்கிரஸின் முன்னாள் தலைவர் ராகுல் காந்தி அரசுக்கு எதிரான தாக்குதலை இடைவெளியின்றித் தொடுத்துவருகிறார்.

கொரோனா விஷயத்தில் தொடக்கத்திலிருந்தே அரசை எச்சரித்து வரும் அவர் மூன்றாவது அலை குறித்தும் தற்போது எச்சரிக்கிறார். மருத்துவக் கட்டமைப்பை வலுப்படுத்துங்கள் என்றும் போர்க்கால நடவடிக்கையாக அனைத்து இந்தியர்களுக்கும் தடுப்பூசி போடுங்கள் என்றும் அவர் வலியுறுத்துகிறார்.

அதோடு நிற்காமல் அரசு கொரோனாவைக் கையாண்ட விதம் குறித்த வெள்ளை அறிக்கையைக் கட்சியின் சார்பில் வெளியிட்டிருக்கிறார். முதல், இரண்டாம் அலைகளை அரசு கையாண்ட விதம் படுமோசம் என்பது தெளிவாகத் தெரிகிறது என்றும் அவர் கூறியிருக்கிறார். ஏன் அதை மோசம் என்று சொல்கிறோம் என்பதற்கான விளக்கம் வெள்ளை அறிக்கையில் உள்ளது என்று சொல்லியிருக்கிறார். இந்த அறிக்கையைப் பார்த்தால் மூன்றாவது அறிக்கையை எப்படி எதிர்கொள்வது என்பதைத் தெரிந்துகொள்ளலாம் என்றும் கூறுகிறார்.

அரசைக் குறை சொல்வதற்காக அல்ல, அரசுக்கு உதவுவதற்காகவே இந்தத் தகவல்களைத் திரட்டித்

தந்திருக்கிறோம் என்றும் ராகுல் இணையத்தில் கூட்டிய செய்தியாளர் சந்திப்பில் கூறினார்.

எதிர்ப்பில் தீவிரம் காட்டும் ராகுல்

கொரோனா வைரஸ் தொற்று ஆரம்பித்ததிலிருந்தே ராகுல் காந்தி அது குறித்த் தகவல்களைப் பொது வெளியில் முன்வைத்து வருகிறார். தடுப்பூசியின் முக்கியத்துவம், உருமாறிய கொரோனா வைரஸ்களின் அபாயம் ஆகியவை பற்றியும் அவர் பேசிவருகிறார்.

மார்ச், ஏப்ரல் மாதங்களில் பாஜக உள்ளிட்ட எல்லாக் கட்சிகளும் தேர்தல் பிரச்சாரத்தில் மிகத் தீவிரமாக இருந்தபோது கொரோனா இரண்டாம் அலையின் மோசமான தாக்கம் வெளிப்படத் தொடங்கியது. அப்போது முதல் நபராகப் பிரச்சாரங்களை ரத்துசெய்தவர் ராகுல் காந்தி. இவையெல்லாம் பக்குவமான தலைவருக்கான அடையாளங்கள்.

ஆனால், ராகுல் காந்தியைப் பப்பு என்று கிண்டலடித்து ஒதுக்குவது பாஜகவின் உத்தி. மோடி மாபெரும் தலைவர், உலகம் போற்றும் ராஜதந்திரி, அவருக்கு முன்னால் ராகுல் ஒரு குழந்தை என்னும் கதையாடலை பாஜக கட்டமைத்துவருகிறது. எனவே மோடி ராகுலுக்கு நேரடியாகப் பதில் சொல்ல மாட்டார். அவருடைய அமைச்சர்கள் யாராவது சொல்வார்கள். அதுவும் ‘எங்களுக்குத் தெரியும் தம்பி’ என்பதுபோன்ற தொனியில்தான் அந்த பதில் இருக்கும்.

ஆனால், ராகுல் முன்வைக்கும் விமர்சனங்களை அரசு அவ்வளவு எளிதில் அலட்சியப்படுத்திவிட முடியாது என்னும் அளவுக்கு அவை கூர்மையாகவும் செறிவாகவும் இருக்கின்றன. குறிப்பாக கொரோனா விஷயத்தில் அவருடைய விமர்சனங்கள் சரிதான் என்பதை அரசு அடுத்தடுத்து எடுத்துவரும் நடவடிக்கை களிலிருந்தே உணரலாம். எடுத்துக்காட்டாக, சட்டமன்றத் தேர்தல்களுக்குப் பிறகு தடுப்பூசிக் கொள்கையில் மாற்றம் செய்தபோது ராகுல் எச்சரித்தார். அரசு அதைக் கண்டுகொள்ள வில்லை. ஆனால், கடைசியில் அந்தக் கொள்கையில் அரசு மாற்றம் செய்தது.

எதிர்க்கட்சியின் தலைவராக என்ன செய்ய வேண்டுமோ அதை ராகுல் கொரோனா விஷயத்தில் செய்துவருகிறார். ஆனால், பாஜகவின் பிரச்சார பலத்தையும் மோடி போன்ற வசீகரமான தலைவரையும் எதிர்கொள்ள இது மட்டும் போதாது. பஞ்சாப்,

ராஜஸ்தான் என்று பல மாநிலங்களிலும் உட்கட்சிப் பிரச்சினை களைச் சரிசெய்யும் வேலையை அவர் தொடங்க வேண்டும். அடுத்தபடியாக, எதிர்க்கட்சிகளை ஓரணியில் திரட்டும் முயற்சியில் இறங்க வேண்டும். தேர்தல் வியூக நிபுணர் பிரஷாந்த் கிஷோரும் தேசியவாத காங்கிரஸ் தலைவர் சரத் பவாரும் மேற்கொள்ளும் முயற்சியை அவர் மோற்கொண்டிருக்க வேண்டும்.

தேர்தலில் காங்கிரஸ் பெற்ற தோல்வி ராகுலைப் பெரிதும் பலவீனப்படுத்தியது. அதுவும் அவர் தன் சொந்தத் தொகுதியிலேயே தோற்றது அவருடைய குரலின் வலிமையைக் குறைத்துவிட்டது. அந்தத் தோல்வியை அடுத்துக் காங்கிரஸ் தலைமைப் பதவியைத் துறந்த அவர், கட்சியினரின் வற்புறுத்தல்கள் இருந்தும் இன்னமும் தலைவர் பதவியை ஏற்காமலேயே இருந்துவருகிறார். ஆனால், அரசின் மீதான விமர்சனத்தில் விட்டுக்கொடுக்காமல் தீவிரமாகச் செயலாற்றி வருகிறார்.

ராகுலின் விமர்சனங்கள் உரிய தரவுகளோடும் தகவல் வலிமையோடும் முன்வைக்கப்படுகின்றன. இது முக்கியமானது தான் என்றாலும், பணமதிப்பிழப்பு, குடியுரிமைத் திருத்தச் சட்டம், வேளாண் சட்டங்கள், காஷ்மீருக்குச் சிறப்பு அந்தஸ்து முதலான பிரச்சினைகளில் ஆழமான அலசலுடன் விமர்சனங்களையும் ஆலோசனைகளையும் முன்வைக்கக்கூடியவர்கள் காங்கிரசிலேயே பலர் இருக்கிறார்கள். ராகுல் அவர்களைக் கூடுதலாகப் பயன்படுத்திக்கொண்டு நேரடி அரசியலில் அவர் அதிரடியாக இறங்க வேண்டும்.

உணர்ச்சியை முன்னிறுத்தும் மோடி

மோடி பிரதமராக முன்னிறுத்தப்படுவதற்கு முன்பே அதற்கான முஸ்தீபுகள் பலமாக இருந்தன. ஆனால், ஐக்கிய முற்போக்குக் கூட்டணி அரசுக்கு எதிரான விமர்சன அலசல்களை மோடி முன்வைக்க மாட்டார். அருண் ஜேட்லி, பிரகாஷ் ஜவடேகர் போன்றோர் முன்வைப்பார்கள். டெல்லி சுல்தான்களின் ஆட்சி என்பதுபோன்ற வெகுஜன வசீகர முழக்கங்களையே மோடி முன்வைப்பார். வளர்ச்சி பற்றிய கனவை முன்வைப்பார். பாகிஸ்தான் எதிர்ப்பு போன்ற உணர்ச்சிகரமான விஷயங்களைப் பேசுவார். இந்தியாவை வல்லரசாக்குவேன் என்பார். அலசல்கள், தரவுகள் ஆகியவற்றை ஜவடேகர், ஜேட்லி போன்றோர் கவனித்துக்கொள்வார்கள்.

மோடி செய்ததையே ராகுலும் செய்ய வேண்டும் என்பதில்லை. ஆனால், அறிக்கை அரசியலை விட்டு வெளியே வந்து கட்சியின் கட்டமைப்பு, மக்களுடனான நேரடித் தொடர்பு ஆகியவற்றில் கூடுதலாகக் கவனம் செலுத்த வேண்டும். அவருடைய விமர்சனங்களில் தரவுகள் இருக்கலாம். ஆனால், அவை அறிவுஜீவித்தனமாக மட்டுமே அமைந்து மக்களிடமிருந்து அன்னியப்பட்டுவிடக் கூடாது. 'உறவினர்களைப் பிரிந்தவர்களின் கண்ணீரைத் துடைக்கப் பிரதமரின் கண்ணீர் உதவாது. பிரதமரின் கண்ணீர் இறந்தவர்களைக் காப்பாற்றவில்லை. ஆனால் ஆக்சிஜன் காப்பாற்றியிருக்கும்' என்று ராகுல் அண்மையில் சொன்னார். இதுபோன்ற உணர்ச்சிகரமான பேச்சுக்கள்தான் வெகுஜனத் தலைவருக்கு உரியவை.

உட்கட்சிப் பூசல்களைக் களைந்து தரைமட்டத்தில் பாஜகவின் அரசியலை நேரடியாக எதிர்கொள்வதே ராகுல் விரும்பும் மாற்றத்தைக் கொண்டுவர உதவும். அவர் காங்கிரஸ் தலைவர் பதவியை ஏற்றாலும் ஏற்காவிட்டாலும் காங்கிரசில் அவர்தான் நாடு முழுவதும் அறிந்த வெகுஜனத் தலைவர். காங்கிரஸ் மக்கள் ஆதரவை மீண்டும் பெற வேண்டுமானால் அது ராகுலால்தான் சாத்தியமாகும். எனவே அவர் தன்னுடைய அணுகுமுறையை மாற்றிக்கொண்டு 2024ஆம் ஆண்டின் தேர்தலை நோக்கிப் பயணிக்க வேண்டும். அடுத்த ஆண்டு உத்தரப் பிரதேசம் உள்படச் சில மாநிலங்களில் நடக்கவிருக்கும் தேர்தலை அதற்கான பரிசோதனைக் களமாக அவர் பயன்படுத்திக்கொள்ளலாம்.

•

[29]

தடுப்பூசி இயக்கமா, கட்சிப் பிரச்சாரமா?

தடுப்பூசியால் கிடைக்கும் பலன் எல்லோரும் அறிந்ததுதான். நோய் வராமல் தடுக்க உதவும்.

பாஜகவைப் பொறுத்தவரை இன்னொரு பலனும் உண்டு. எதிர்க்கட்சிகளைச் சமாளிக்கவும் தேர்தலில் வெற்றி பெறவும் அது உதவும். அப்படித்தான் அவர்கள் நினைத்துக்கொண்டிருப்பதாகத் தெரிகிறது. தடுப்பூசி இயக்கத்தைக் கட்சிக்கான மாபெரும் பிரச்சார இயக்கமாக அரசின் செலவில் மாற்றிக்கொண்டிருக்கிறார்கள் பாஜகவின் பிரச்சாரப் புலிகள்.

மாநில அரசுகளே நேரடியாகக் கொள்முதல் செய்துகொள்லலாம், தனியார் நிறுவனங்களும் கொள்முதல் செய்துகொள்ளலாம் என்பதாக இருந்த கொள்கையில் அரசு மாற்றம் செய்தது. மத்திய அரசே மொத்தமாகக் கொள்முதல் செய்து மாநிலங்களுக்கு இலவசமாகத் தரும் என்று அறிவித்தது.

ஒவ்வொரு தடுப்பூசி மையத்திலும் பாஜக ஒரு ஹெல்ப் டெஸ்க்கை அமைத்துப் பணிபுரியும் என்று நட்டா அறிவித்தார்.

இதுவே தடுப்பூசித் திட்டம் மருத்துவத் திட்டம் மட்டுமல்ல, அது கட்சியின் பிரச்சாரத் திட்டமும்கூட என்பதை உணர்த்திவிடுகிறது.

‘தேங்க் யூ மோடி சார்’

இரண்டாம் அலை உச்சத்தில் இருந்தபோது வெளியில் தலைகாட்ட முடியாமல் இருந்த பாஜகவினர் அலை சற்று ஓய்ந்த பிறகு தெம்பாக நடமாடுகிறார்கள். பெருந்தொற்றுக்கு எதிரான நடவடிக்கைகளை அரசியல் மசாலா கலந்து முன்னெடுக்கிறார்கள்.

சிபிஎஸ்இ 12ஆம் வகுப்புத் தேர்வுகளை ரத்து செய்ததும் கேந்திரிய வித்யாலயா சங்கடன் என்னும் அமைப்பு ‘தேங்க் யூ மோடி சார்’ என்று ட்வீட் செய்யுமாறு தன் மாணவர்களிடம் கேட்டுக் கொண்டது. இப்போது பள்ளி வளாகங்களில் ‘தேங்க் யூ பிஎம் மோடி’ என்று பதாகைகளை வைக்கும்படி தன்னுடைய பள்ளிகளிடம் இந்த அமைப்பு கூறியிருக்கிறது.

‘எல்லோருக்கும் தடுப்பூசி. எல்லோருக்கும் இலவசம். உலகின் மாபெரும் தடுப்பூசி இயக்கம். தேங்க் யூ மோடிஜி’ என்னும் சுவரொட்டிகளை அரசு நிதியுதவி பெறும் கல்லூரிகளிலும் பல்கலைக்கழகங்களிலும் வைக்குமாறு பல்கலைக்கழக மானியக் குழு (யுஜிசி) தன்னுடைய நிர்வாகத்தின் கீழ் வரும் கல்வி நிறுவனங்களுக்கு உத்தரவிட்டுள்ளது. தில்லிப் பல்கலைக்கழகம் இதை உடனடியாகச் செயல்படுத்தியுள்ளது. தன்னுடைய வளாகத்திலும் இணைய தளத்திலும் சமூக ஊடகப் பக்கங்களிலும் இந்தச் செய்தியை வைத்துள்ளது. யுஜிசி செயலர் ரஜ்னிஷ் ஜெயின் இதே விஷயத்தை வலியுறுத்தித் துணை வேந்தர்களுக்கும் கல்லூரி முதல்வர்களுக்கும் வாட்ஸ்ஆப் மூலம் செய்தி அனுப்பியதாக தில்லியை மையமாகக் கொண்ட ஆங்கில ஊடகங்கள் பதிவு செய்துள்ளன.

அடுத்த ஆண்டு தேர்தல் நடக்கவிருக்கும் உத்தரப் பிரதேசத்தில் வாக்குச் சாவடி அளவிலான தடுப்பூசி இயக்கம், ரேஷன் பொருள்கள் இலவச விநியோகம் ஆகியவை தொடங்கப் பட்டிருக்கின்றன. உ.பி.யில் அரசியல் காற்று பாஜகவுக்குச் சாதகமாக இல்லை என்று சொல்லப்படும் நிலையில் இதுபோன்ற திட்டங்கள் மூலம் நடக்கும் பிரச்சார இயக்கங்கள் மக்களுடனான தொடர்பை வலுப்படுத்த உதவும் என்று கட்சி நம்பக்கூடும்.

அரசுப் பணத்தில் கட்சிப் பிரச்சாரம் செய்யும் இந்தப் போக்கை எதிர்க்கட்சிகள் கண்டிக்கின்றன. இலவசத் தடுப்பூசித் திட்டத்திற்கு ஆதரவு தெரிவித்திருக்கும் ராகுல் காந்தி இதைப் பிரச்சார இயக்கமாகக் கருதாமல் நோய்க்கு எதிரான தீர்வுகாணும்

திட்டமாகக் கருதிச் செயல்பட வேண்டும் என்று எச்சரித்திருக்கிறார்.

அரசின் திட்டங்களை வைத்து ஆளுங்கட்சி அரசியல் ரீதியாக லாபமடைய முனைவது புதிதல்ல. ஆனால், திட்டத்தின் செயல் பாட்டை முழுக்க முழுக்கப் பிரச்சாரத் திட்டமாக மாற்றுவது என்பது பாஜகவின் அதிரடி அரசியல். தடுப்பூசி மையங்களில் கட்சியின் ஹெல்ப் டெஸ்க்குகளை அமைப்பது, கல்லூரி, பல்கலைக்கழகங்களில் மோடிக்கு நன்றி கூறிப் பதாகைகளையும் சுவரொட்டிகளையும் அமைப்பது என்பதெல்லாம் அப்பட்டமான கட்சிப் பிரச்சாரம்.

இரண்டாம் அலை தணிந்திருக்கும் நேரத்தில் அரசின் கடமை மூன்றாவது அலை வந்தால் அதை எப்படிச் சமாளிப்பது என்பதைக் குறித்ததாக இருக்க வேண்டும். தடுப்பூசி போடுவது மூன்றாவது அலையின் தாக்கத்தைக் குறைப்பதில் முக்கியமான பங்கு வகிக்கும் என்பதில் மறுப்பு இல்லை. அதே சமயம், மருத்துவக் கட்டமைப்புகளைப் பலப்படுத்துதல், பொருளாதார இழப்புகளை ஈடுகட்டுதல் எனப் பல் விதமான நடவடிக்கைகளை மேற்கொள்ள வேண்டும். தேர்தல் பிரச்சாரத்தில் மோடி முதலான தலைவர்கள் காட்டிய அதீதமான ஈடுபாடும் பாதுகாப்பற்ற சூழலில் பிரச்சாரக் கூட்டங்கள் நடந்ததும் இரண்டாம் அலை கட்டுமீறிப் போனதற்கான காரணங்களில் அடக்கம். உ.பி. தேர்தலை முன்னிட்டு மீண்டும் அத்தகைய தவறைச் செய்யாமல் எச்சரிக்கைக்கும் பாதுகாப்புக்கும் முக்கியத்துவம் அளிப்பதே அரசின் தலையாய கடமை. மக்களின் உயிரைவிடத் தேர்தலோ வெற்றியோ முக்கியமல்ல.

•

[30]

போராடுவது என்பதே தீவிரவாதம் ஆகிவிடுமா?

அரசு நிர்வாகம் சட்டத்தைத் தவறாகப் பயன்படுத்தும்போதோ, சட்டத்தின் வரம்புகளை மீறும்போதோ அதில் தலையிட்டு நெறிப்படுத்த வேண்டிய பொறுப்பு நீதித்துறைக்கு இருக்கிறது. அண்மைக் காலத்தில் இதன் தேவை அடிக்கடி உணரப்படுவதையும் நீதிமன்றம் தன் இடையீட்டைச் செய்வதையும் பார்த்து வருகிறோம். தடுப்பூசிக் கொள்கை தொடர்பாக உச்ச நீதிமன்றம் எழுப்பிய கேள்விகள் இதற்கான பொருத்தமான எடுத்துக்காட்டாக அமைந்தன. ஜூன் 16 அன்று டெல்லி உயர் நீதிமன்றம் வழங்கிய தீர்ப்பும் அத்தகையதுதான்.

குடியுரிமைத் திருத்தச் சட்டத்தை (சிஏஏ) எதிர்த்து டெல்லியில் கடந்த ஆண்டு நடைபெற்ற வன்முறைச் சம்பவங்கள் தொடர்பாக ஜவஹர்லால் நேரு பல்கலைக்கழக (ஜேஎன்யு) மாணவிகள் இருவர், ஜாமியா மில்லியா பல்கலைக்கழக மாணவர் ஒருவர் ஆகிய மூவருக்கும் டெல்லி உயர் நீதிமன்றம் ஜாமீன் வழங்கியது. ஜாமீன் வழங்கியதைக் காட்டிலும் அதற்கான காரணமாக நீதிமன்றம் சொன்னதுதான் மிகவும் முக்கியமானது.

வழக்கின் பின்னணி என்ன?

முதலில் வழக்கின் பின்னணியைப் பார்த்துவிடுவோம். குடியுரிமைத் திருத்தச் சட்டத்தை ஒன்றிய அரசு 2019ஆம் ஆண்டு இயற்றியது. இச்சட்டத்திற்குப் பல தரப்புகளிலிருந்தும் எதிர்ப்பு

எழுந்தது. பொதுவாக முஸ்லிம்களுக்கு எதிரானது என்னும் விமர்சனம் எழுந்தாலும் அசாம் போன்ற சில மாநிலங்களில் இந்துக்களும் இதை எதிர்த்தார்கள். இது ஜனநாயக உணர்வுகளுக்கு எதிரானது என்னும் விமர்சனம் பரவலாக முன்வைக்கப்பட்டது.

இச்சட்டமானது முஸ்லிம்களுக்கு எதிராக இருப்பதாகக் கூறிப் பல்வேறு மாநிலங்களில் போராட்டங்கள் நடைபெற்றன. வடக்கு டெல்லியில் கடந்த 2020ஆம் ஆண்டு பிப்ரவரி மாதம் நடந்த போராட்டத்தில் திடீரென வன்முறை வெடித்தது. இதில் 50 பேர் உயிரிழந்தனர். இந்த வன்முறைச் சம்பவங்களுக்கு மூளையாகச் செயல்பட்டதாகக் கூறி ஜேஎன்யு பல்கலைக்கழக மாணவிகள் நடாஷா நர்வால், தேவகான கலீதா, ஜாமியா மில்லியா பல்கலைக்கழக மாணவர் ஆசிப் இக்பால் தன்ஹா ஆகியோரை போலீஸார் ்கைது செய்தனர்.

தடுப்பூசிக் கொள்கை தொடர்பாக உச்ச நீதிமன்றம் எழுப்பிய கேள்விகள் இதற்கான பொருத்தமான எடுத்துக்காட்டாக அமைந்தன. ஜூன் 16 அன்று டெல்லி உயர் நீதிமன்றம் வழங்கிய தீர்ப்பும் அத்தகையதுதான்.

குடியுரிமைத் திருத்தச் சட்டத்தை (சிஏஏ) எதிர்த்து டெல்லியில் கடந்த ஆண்டு நடைபெற்ற வன்முறைச் சம்பவங்கள் தொடர்பாக ஜவஹர்லால் நேரு பல்கலைக்கழக (ஜேஎன்யு) மாணவிகள் இருவர், ஜாமியா மில்லியா பல்கலைக்கழக மாணவர் ஒருவர் ஆகிய மூவருக்கும் டெல்லி உயர் நீதிமன்றம் ஜாமீன் வழங்கியது.

ஜாமீன் வழங்கியதைக் காட்டிலும் அதற்கான காரணமாக நீதிமன்றம் சொன்னதுதான் மிகவும் முக்கியமானது.

வழக்கின் பின்னணி என்ன?

முதலில் வழக்கின் பின்னணியைப் பார்த்துவிடுவோம். குடியுரிமைத் திருத்தச் சட்டத்தை ஒன்றிய அரசு 2019ஆம் ஆண்டு இயற்றியது. இச்சட்டத்திற்குப் பல தரப்புகளிலிருந்தும் எதிர்ப்பு எழுந்தது. பொதுவாக முஸ்லிம்களுக்கு எதிரானது என்னும் விமர்சனம் எழுந்தாலும் அசாம் போன்ற சில மாநிலங்களில் இந்துக்களும் இதை எதிர்த்தார்கள். இது ஜனநாயக உணர்வுகளுக்கு எதிரானது என்னும் விமர்சனம் பரவலாக முன்வைக்கப்பட்டது.

இச்சட்டமானது முஸ்லிம்களுக்கு எதிராக இருப்பதாகக் கூறிப் பல்வேறு மாநிலங்களில் போராட்டங்கள் நடைபெற்றன. வடக்கு

டெல்லியில் கடந்த 2020ஆம் ஆண்டு பிப்ரவரி மாதம் நடந்த போராட்டத்தில் திடீரென வன்முறை வெடித்தது. இதில் 50 பேர் உயிரிழந்தனர். இந்த வன்முறைச் சம்பவங்களுக்கு மூளையாகச் செயல்பட்டதாகக் கூறி ஜேஎன்யு பல்கலைக்கழக மாணவிகள் நடாஷா நர்வால், தேவகான கலீதா, ஜாமியா மில்லியா பல்கலைக்கழக மாணவர் ஆசிப் இக்பால் தன்ஹா ஆகியோரை போலீஸார் கைது செய்தனர்.

மக்களுக்குப் போராட்டம் நடத்தும் உரிமையை இந்திய அரசியலமைப்புச் சட்டம் வழங்கியுள்ளது. போராட்டத்துக்கும், தீவிரவாதச் செயல்களுக்கும் இடையே ஒரு கோடு அளவுதான் வித்தியாசம் இருக்கிறது. கருத்து வேறுபாடு கொண்டவர்களை அடக்க நினைக்கும் மத்திய அரசின் முனைப்பைப் பார்க்கும்போது அதன் மனதில் இருந்து அந்தக் கோடு மெல்ல மெல்ல மறைந்து வருவதாகவே கருத முடிகிறது. அரசின் இந்தஎண்ணத்துக்கு வலு சேர்க்கப்பட்டால் அதுதான் ஜனநாயகத்தின் கறுப்பு நாள் ஆகும் என்று நீதிபதிகள் கூறியிருக்கிறார்கள்.

மனுதாரர்கள் மீது யுஏபிஏ சட்டத்தின் கீழ் வழக்கு தொடுக்கப் பட்டுள்ளது. இதைப் பற்றியும் நீதிபதிகள் குறிப்பிட்டார்கள். ‘யுஏபிஏ சட்டம் என்பது தீவிரவாதச் செயல்களுக்கு எதிராகக் கொண்டுவரப்பட்ட சட்டம். ஒருவர் தீவிரவாத நடவடிக்கையில் ஈடுபட்டால் மட்டுமே அவர் மீது இந்தச் சட்டம் பாய வேண்டும். சாதாரண குற்றச் செயல்களுக்கு எல்லாம் இந்த சட்டத்தை பயன்படுத்துவது சரியாகஇருக்காது’ என்று கூறிச் சிறையில் இருப்பவர்கள் பிணையில் செல்ல அனுமதித்து நீதிபதிகள் தீர்ப்பளித்தனர்.

நீதிமன்றத்தின் இந்தக் கருத்து ஒன்றிய அரசுக்கு முக்க்யமான பல செய்திகளைத் தெரிவித்திருக்கிறது. போராட்டம் நடத்துவதற்கான உரிமையை அது அங்கீகரித்திருக்கிறது. போராட்டம் என்பதே தீவிரவாதச் செயல் அல்ல என்பதையும் அது தெளிவுபடுத்தி இருக்கிறது.

போராட்டங்கள் தீவிரமாவதும் சில சமயங்களில் வன்முறையாக மாறுவதும் உலகெங்கும் நடப்பதுதான். வன்முறையைச் சட்டம் ஒழுங்கு நோக்கில்தான் அணுக வேண்டுமே தவிர போராட்டத்திற்குத் தேசவிரோத நோக்கம் கற்பிக்கும் அளவுக்கு அது போய்விடக் கூடாது. இந்த வேறுபாட்டினை அரசுக்கு

உரிய நேரத்தில், உரிய விதத்தில் நீதிமன்றம் தெரிவித்திருக்கிறது. அதே வேளையில் போராடுவதற்கான குடிமக்களின் உரிமையையும் அது நிலைநாட்டியிருக்கிறது. குறிப்பாகக் குடியுரிமைத் திருத்தச் சட்டத்தை எதிர்த்து முஸ்லிம்கள் மேற்கொள்ளும் போராட்டத்தைக் குறித்த வழக்கில் இத்தகைய தீர்ப்பு வந்திருப்பது பல விதங்களிலும் முக்கியத்துவம் வாய்ந்ததாகிறது.

•

[31]

கிளப்ஹவுசில் அத்துமீறலும் சாதிக் கேடயமும்!

ஃபேஸ்புக்கிலும் ட்விட்டரிலும் அரட்டையடித்து, கருத்து மோதல்களில் ஈடுபட்டு, படங்களைப் பதிவிட்டு, பிறர் படங்களுக்கும் பதிவுகளுக்கும் 'லைக்' இட்டு ஷேர் செய்து, சில சமயம் பிறரை வசைபாடி மகிழும் தமிழ் நெஞ்சங்கள் அண்மைக்காலத்தில் 'கிளப் ஹவுஸ்' எனப்படும் புதிய சமூக வலைதளத்திலும் குடிபுகுந்திருக்கிறார்கள். இதில் எழுத்துக்கு இடம் இல்லை. பேசலாம், பாடலாம். குரல்தான் இங்கே ஒரே தொடர்புச் சாதனம்.

கிளப் ஹவுசில் பல்வேறு அறைகள் இருக்கும். ஒவ்வொரு இடத்தில் ஒவ்வொரு விவாதம், கலந்துரையாடல், கருத்துப் பரிமாற்றம் எல்லாம் நடக்கும். புதிய தளத்தில் நுழைந்ததும் அங்கே சண்டையும் சச்சரவும் இல்லாமலா? அதுவும் நடக்கிறது.

ஆனால், அங்கே நடந்துவரும் ஒரு பிரச்சினை மிகவும் அபாயகரமான பரிமாணங்களைக் கொண்டிருக்கிறது என்பதுதான் கவலைக்குரியது.

உரையாடல் குழு ஒன்றில் தொடர்ச்சியாக திரைப்படப் பின்னணிப் பாடகர் சின்மயி பற்றியும் அவர் திரைப்படப் பாடலாசிரியர் வைரமுத்து மீது சுமத்தியுள்ள குற்றச்சாட்டு பற்றியும் அதிகமாகப் பேசப்பட்டுவந்தது.

அத்துமீறலும் நழுவலும்

கடந்த வாரம் அந்தக் குழுவில் பேசிய மருத்துவர் அரவிந்தராஜ், பாடகி சின்மயி காஞ்சிபுரம் அரசு மருத்துவமனையில் சிகிச்சை பெற்றதாகவும், அவர் எந்த மனநல ஆலோசகரிடம் ஆலோசனை பெறுகிறார் என்றும் அவருடைய மன நலன் பற்றியும் தனக்குத் தெரியும் எனவும் பேசினார்.

இதனைத் தொடர்ந்து அந்தக் குழுவில் சின்மயியும் இணைக்கப் பட்டார். தன்னுடைய தனிப்பட்ட விவகாரங்கள் குறித்து மருத்துவர் அரவிந்தராஜ் சமூக வலைதளங்களில் பேசுவது ஏன் என்று சின்மயி கேள்வி எழுப்பினார். நான் எங்கே சிகிச்சை எடுத்தேன் என்பதைச் சொல்லுங்கள் என்று சின்மயி நேரடியாக அவரைக் கேட்டபோது அரவிந்தராஜ் அதற்கு நேரடியாகப் பதில் சொல்லாமல் நழுவியதை அந்தப் பதிவில் கேட்க முடிகிறது. மருத்துவரின் பெயரைச் சொல்வது முறையல்ல என்று அவர் கூறினார்.

மருத்துவரின் பெயரைச் சொல்வதே முறையல்ல என்றால் சிகிச்சை பெற்றவரின் பெயரைச் சொல்வது என்ன அறம் என்னும் கேள்வி இங்கே எழுகிறது. அந்தக் குழுவில் இருந்தவர்களும் அவரை நோக்கிக் கேள்விகளை எழுப்ப, அரவிந்தராஜ் திரும்பத் திரும்ப சிகிச்சை எடுத்ததை உங்களால் மறுக்க முடியுமா என்றே கேட்டுக் கொண்டிருந்தார். அவருடைய குரல் குழறுவதையும் பதிவில் துல்லியமாக உணர முடிகிறது.

'மருத்துவர் தன்னிடம் சிகிச்சை பெற்ற விவரங்களைப் பொதுவில் வெளியிடுவது கடும் குற்றம். நோயர்களின் அனுமதியின்றி அவர்களுடைய புகைப்படங்களை வெளியிட்ட மருத்துவர்கள் மீது நடவடிக்கைகள் எடுக்கப்பட்டுள்ளன. அவைகூட நல்ல நோக்கில் பொதுமக்களுக்கு விழிப்புணர்வுக்காகச் செய்த பதிவுகள். அல்லது மருத்துவர் தன் திறமையை வெளிக்காட்ட போட்டிருக்கலாம். ஆனால் நோயர்களை அவமானப்படுத்த இல்லை. அதற்கே நடவடிக்கைள் எடுக்கப்பட்டன. அப்படி இருக்க சிகிச்சை விவரங்களை வெளியிடுவேன் என மிரட்டும் தொனியில் பேசுவது மிகக் கடுமையான கண்டனத்துக்குரியது' என்று ராமானுஜம் கோவிந்தன் என்னும் மனநல மருத்துவர் ஃபேஸ்புக்கில் இது குறித்துக் கருத்து தெரிவித்துள்ளார்.

'மனநல சிகிச்சை எடுத்திருக்கிறார் என்பதால் ஒருவர் சுய உணர்வு அற்றவர் என்று அர்த்தம் அல்ல. மன நல பாதிப்புகள் என்பவை

பெரும்பாலும் உணர்வுகள் சம்பந்தப்பட்டவை. கோபம், பயம், பதற்றம், சோகம் ஆகிய உணர்வுகள் எல்லோருக்கும் இருப்பவை. இவை அளவு கூடும்போது மனநல பாதிப்புகள் ஏற்படுகின்றன. அது ஒன்றும் அவமானத்துக்குரியது அல்ல. அந்தப் புரிதல் இல்லாமல் ஒரு மருத்துவரே பேசியிருப்பது மிகுந்த வருத்தத்தை அளிக்கிறது. மருத்துவ கவுன்சில் நடவடிக்கை எடுத்து வழிகாட்டுதல்களை வெளியிட வேண்டும்' என்றும் அவர் கூறியிருப்பது குறிப்பிடத்தக்கது.

இதில் மருத்துவம், தனிநபர் உரிமை சார்ந்த விஷயங்களுக்கு அப்பால் வேறொரு பிரச்சினையும் எழுந்துள்ளது. மருத்துவர் அரவிந்த் ராஜ், நான் பிறப்பால் தலித் என்பதை இங்கே பதிவு செய்கிறேன் என்று ஃபேஸ்புக்கில் பதிவிட்டுள்ளார். கூடவே தான் திமுக ஆதரவாளர் என்பதையும் குறிப்பிட்டு எழுதியுள்ளார்.

'சின்மயி அவர்களே, உங்களுக்கு ஒரே ஓர் வேண்டுகோள். நான் மன்னிப்பு கேட்டேன். அதை ஏற்றுக்கொள்வதும் நிராகரிப்பதும் உங்கள் விருப்பம். ஆனால், நான் திமுகவின் கொள்கைகளில் நம்பிக்கை கொண்ட ஒருவன் என்பதாலும்ய நீங்கள் இதற்கு அரசியல் முடிச்சு போடுவது துளியும் நியாயமில்லை' என்றும் அவர் எழுதியுள்ளார்.

தன் மீதான குற்றச்சாட்டின் வலை இறுகும்போது, விமர்சனக் கணைகள் தன்னை நோக்கிப் பாயும்போது தன்னுடைய சாதி அடையாளத்தை முன்னிறுத்தி அதைக் கேடயமாகப் பயன்படுத்தித் தப்பிக்கப் பார்க்கும் உத்தி இது என்று சமூக வலைதளங்களில் பலரும் இந்தப் பதிவை விமர்சித்துவருகிறார்கள். நீலம் மாத இதழின் பொறுப்பாசிரியர் வாசுகி பாஸ்கர் இந்தப் போக்கைக் கண்டித்து எழுதியிருக்கிறார்.

'சின்மயி விவகாரத்தில் மருத்துவர் அரவிந்த் ராஜ் கடைசி ஆயுதமாக தன்னையொரு தலித் என்று சொல்லி இருக்கிறார். தலித்தாகப் பிறந்த ஒவ்வொருவரும் தன்னை என்னவாகக் கட்டமைத்துக் கொண்டாலும் அவரவர் இடத்திற்கு ஏற்ப ஒடுக்குமுறைகளை நேரடியாகவோ மறைமுகமாகவோ சந்தித்திருப்பார்கள் என்பதை மறுப்பதற்கில்லை.

அதே வேளையில் தன்னையொரு தலித் என்று பிரகடனப் படுத்திக்கொண்டு அது சார்ந்த அரசியல் பேசினால் மட்டுமே இந்தச் சமூகத்தின் முழு ஈட்டியையும் நெஞ்சில் சுமக்க வேண்டியிருக்கும்.

ஆனால் அவர்கள்கூட தலித் என்கிற கேடயத்தைப் பயன் படுத்துவதில்லை. தலித் அரசியல் ரீதியாக சந்திக்கக்கூடிய எதையும் பேசிராமல் கட்டக் கடைசியாகத் தன்னை தலித் என்று சொல்வது அறமற்ற செயல். சட்ட ரீதியாக எதிர்கொள்வதும், மன்னிப்போடு தீர்வை நோக்குவதுமே சரி' என்று அவர் ஃபேஸ்புக்கில் குறிப்பிட்டுள்ளார்.

தலித் என்பதைக் கேடயமாகப் பயன்படுத்துவது அற நேர்மையற்ற செயல் என்பதைத் தாண்டி தலித்துகளுக்காகப் பேசவும் இயங்கவும் செய்கிறவர்களை அவமானப்படுத்துவதாகும் என்றும் வாசுகி பாஸ்கர் கூறியுள்ளார்.

மருத்துவம் படித்த ஒருவரே மருத்துவம் சார்ந்த அறத்தையும் பொது நாகரிகத்தையும் மதிக்காமல் பொது வெளியில் நடந்து கொள்வதுடன், தன்னைக் காப்பாற்றிக்கொள்ளக் கடைசி ஆயுதமாகத் தன் சாதி அடையாளத்தை முன்னிறுத்துவது மிகவும் அபாயகரமாந்து.

ஒடுக்கப்பட்ட, விளிம்பு நிலைக்குத் தள்ளப்பட்ட மக்கள் தங்கள் நியாயமான உரிமைகளுக்காகப் போராடும்போது அவர்களுடைய சமூகப் பின்புலம் முக்கியமான கூறாகக் கணக்கில் எடுத்துக் கொள்ளப்பட வேண்டும். எதன் அடிப்படையில் அநீதி நடந்ததோ அதன் அடிப்படையிலேயே நீதி கேட்கவும் முடியும்.

ஆனால், தன்னுடைய தனிப்பட்ட தவறுகளிலிருந்து தப்புவதற்கான உரிமமாகச் சாதி அடையாளத்தை ஒருவர் பயன் படுத்துவது அந்த அடையாளம் சார்ந்த உரிமைப் போராட்டத்தையே கொச்சைப்படுத்தும் செயல். அவதூறாளர்களும் அத்துமீறலில் ஈடுபடுவோரும் சாதியைப் பயன்படுத்தித் தப்பிக்கப் பார்ப்பதன் மூலம் தாங்கள் சார்ந்த சாதிக்குத் தீங்கையே இழைக்கிறார்கள்.

•

[32]

மீண்டும் சிங்காரச் சென்னை : முதலில் செய்ய வேண்டியது என்ன?

மீண்டும் சிங்காரச் சென்னை திட்டத்தைச் செயல்படுத்தப் போவதாகத் தமிழக அரசு அறிவித்துள்ளது. சென்னையை அழகுபடுத்துதல் என்றதும் மகிழ்ச்சிக்குப் பதில் அச்சம்தான் ஏற்படுகிறது. காரணம், சென்னையை 'அழகு'படுத்தும்போது அதில் சத்தமின்றிக் காணாமல்போகும் பன்முகத்தன்மையும் மக்கள்சார் அணுகுமுறையும்தான்.

மேம்பாலங்களைக் கட்டுதல், சாலைகளை விரிவுபடுத்துதல், பொதுவாக அழகுபடுத்துதல் ஆகிய அனைத்து நடவடிக்கைகளிலும் பொதுமக்களுக்குச் சில கஷ்டங்கள் ஏற்படத்தான் செய்யும். ஆனால், பெரும்பாலும் அடித்தட்டு மக்கள்தான் இவற்றால் அதிகம் பாதிக்கப்படுகிறார்கள். புதிய கட்டுமானங்கள் அல்லது சாலை விரிவாக்கங்களுக்காக வசிப்பிடங்களை விட்டு வெளியேற்றப்படும் மக்களைச் சென்னைக்கு வெளியே தொலை தூரத்தில் வசிக்கச் செய்வதுதான் அரசின் கொள்கையாக இருக்கிறது.

இப்படித்தான் நகரத்திற்கு வெளியே கண்ணகி நகர் போன்ற குடியிருப்புகள் உருவாக்கப்பட்டன. சென்னையை அழகுபடுத்துவதாகவும் உள்கட்டமைப்பை மேம்படுத்துவதாகவும் சொல்லி அங்கே வசிக்கும் அடித்தட்டு மக்களை வெளியேற்றுவது வழக்கமாக நடப்பதுதான். இப்படி அப்புறப்படுத்தப்படும்

மக்களுக்கு அவர்கள் வாழிடத்திலேயே மாற்று இருப்பிடங்கள் அமைத்துக் கொடுக்க வேண்டும் என்பதே சர்வதேச அளவிலான நடைமுறை. ஆனால், சென்னையின் அடித்தட்டு மக்கள் தொலை தூரத்திற்குச் செல்ல வேண்டியிருக்கிறது. சென்னை நகரில்தான் அவர்களுடைய வாழ்வாதாரம், கல்வி ஆகியவை இருக்கின்றன. சென்னை மக்களுக்குத் தேவையான பல்வேறு பணிகளைச் செய்பவர்களும் இவர்கள்தான். ஆனால், இவர்களை விரட்டுவது தான் அரசுகள் முன்னெடுக்கும் முதல் வேலையாக உள்ளது.

ஸ்டாலின் தலைமையிலான திமுக அரசு இதற்கு முற்றுப்புள்ளி வைக்க வேண்டும். தவிர்க்க முடியாமல் இடப்பெயர்ச்சி செய்தே ஆக வேண்டும் என்றால் அவர்களுடன் கலந்து பேசி, திட்டங்கள் குறித்து அவர்களுக்கு விளக்கிச் சொல்லி, அதன் பிறகே இடப்பெயர்ச்சிக்கான வேலைகளைத் தொடங்க வேண்டும். அவர்கள் வாழிடத்தில் அருகிலேயே மாற்று ஏற்பாடுகள் செய்துதர வேண்டும். குடிசைவாழ் மக்களை நகரத்தின் களங்கமாக எண்ணும் போக்கைக் கைவிட்டு அவர்கள் வாழிடங்களில் வசதியும் நேர்த்தியும் நிரம்பச் செய்ய வேண்டும். ஏற்கெனவே அமைக்கப் பட்டுள்ள கண்ணகி நகர் போன்ற இடங்களில் வசதிகளையும் கல்வி, மருத்துவம் முதலான அத்தியாவசியத் தேவைகளுக்கான ஏற்பாடுககளையும் செய்துதர வேண்டும்.

பாலங்களின் கோலங்கள்

சென்னையின் உள்கட்டமைப்பு வசதியைப் பெருக்கியதில் மேம்பாலங்களுக்கு முக்கியப் பங்கு இருப்பதாகச் சொல்லப் படுகிறது. மேம்பாலங்களைப் பொருத்தவரை மிக முக்கியமான, பரபரப்பான சாலைச் சந்திப்புகளில் அமையும் மேம்பாலங்கள் பலனளிக்கின்றன. அண்ணா மேம்பாலம், கத்திப்பாரா மேம்பாலம், கோயம்பேடு அருகே அமைந்துள்ள மேம்பாலம் என்று சில மேம்பாலங்கள் போக்குவரத்து நெரிசலைக் குறைக்கவும் அந்தப் பகுதியில் ஓரிரு தடங்களிலேனும் வாகனங்கள் தேங்கியிராமல் செல்லவும் வழி வகுக்கின்றன.

ஆனால், பல இடங்களில் மேம்பாலங்கள் இத்தகைய பங்கை ஆற்றுவதில்லை. போக்குவரத்து நெரிசலைக் கூட்டவே பயன்படுகின்றன. 'மேம்பாலங்கள் போக்குவரத்து நெரிசலை விரைவாகச் சென்றடைய உதவுகின்றன' என்று கேலியாகக் குறிப்பிடப்படுவதுண்டு. சென்னையின் ஒரு சில மேம்பாலங்கள் இப்படித்தான் இருக்கின்றன.

சில மேம்பாலங்கள் போக்குவரத்து நெரிசலைக் கூட்டவே அதிகம் பயன்படுகின்றன. மேம்பாலங்கள் மிகவும் குறுகலாக இருப்பதல் அவற்றில் விபத்துக்கான வாய்ப்புகள் உருவாகின்றன. எனவே பெரும்பாலும் இவற்றை ஒருவழிப் பாதையாகவே பயன் படுத்த வேண்டியதாக ஆகிவிடுகிறது. எடுத்துக்காட்டாக கோட்டூர்புரம் அடையாறு சந்திப்பில் அமைந்த மேம்பாலம். இந்த மேம்பாலம் மிகவும் குறுகியது என்பதால் பெரும்பாலும் ஒருவழிப் பாதையாகவே பயன்படுகிறது. மேம்பாலத்தின் இரு முனைகளிலும் எப்போதும் போக்குவரத்து நெரிசல் இருப்பதைக் காணலாம். மேம்பாலத்தின் மீது ஏறுவதும் அதிலிருந்து இறங்குவதும் கடினம் என்றால் அப்புறம் எதற்காக மேம்பாலங்கள்?

பீட்டர்ஸ் சாலையில் அருகருகே இரண்டு மேம்பாலங்கள் இருக்கும். எதற்காக இப்படி அமைத்தார்கள் என்பது இன்றுவரை யாருக்கும் புரியாத புதிர். இரண்டாவது மேம்பாலத்தை விட்டு இறங்கியதும் ஐஸ் ஹவுஸ் போக்குவரத்து உங்களை வரவேற்றுத் தன் மடியில் போட்டுக்கொள்ளும். அரை மணிநேரத்திற்கு உங்களை விடவே விடாது.

தியாகராய நகர் பேருந்து நிலையம் அருகே ஆண்டு முழுவதும் அசாத்தியமான கூட்டம் கூடும். இங்கே பெரியதொரு பாலம் கட்டப்பட்ட பிறகு போக்குவரத்து நெரிசல் ஓரளவு சீரடைந்தது. ஆனால், பாலத்தின் இறக்கத்தில் பேருந்து நிலையம் அருகில் இருக்கும் நெரிசலுக்கு இன்னமும் விடிவு இல்லை. பாலம் பேருந்து நிலையத்தைத் தாண்டிச் சென்றிருந்தால் இந்தச் சிக்கலைப் பெருமளவு தீர்த்திருக்கலாம். துணி, நகைக் கடைகளுக்குச் செல்பவர்களும் வாகனங்களும் ஒரே இடத்தில் குவியும் நெருக்கடியைத் தவிர்த்திருக்கலாம். தொலைநோக்கின்றி வடிமைக்கப்பட்ட இந்தப் பாலம் தன்னுடைய நோக்கத்தை முழுமையாக நிறைவேற்றவில்லை.

பல மேம்பாலங்களின் கீழே மக்கள் நடப்பதற்கே இடம் இல்லை. நடைபாதைகள் மிக மிகக் குறுகியதாக இருக்கும், அல்லது இருக்கவே இருக்காது. நகரம் என்பது வாகனங்களுக்கு மட்டும்தான் என்னும் எண்ணத்தில் வடிவமைக்கப்பட்ட மேம்பாலங்கள் இவை.

நீர்நிலைகள் பெருகட்டும்

பெரும் நதிகளும் ஏரிகளும் பல்வேறு நீர்நிலைகளும் நிறைந்ததாக இருந்த சென்னை இன்று வறண்ட பூமியாக உள்ளது. கூவம்,

அடையாறு ஆகியவற்றைத் தூய்மைப்படுத்தும் வழிகளை ஆராய வேண்டும். மோசமாகிப்போன நதிகளை மீட்டெடுத்த எடுத்துக் காட்டுக்கள் உலக அளவில் பல உள்ளன. மனமிருந்தால் வழி பிறக்கும். சென்னை முழுவதும் சிறிதும் பெரிதுமான குளங் களையும் அமைக்க வேண்டும்.

அழகு என்பது புறம் மட்டுமல்ல. அகமும் சேர்ந்ததுதான். சென்னையின் அகத்தை அழகுபடுத்த அதன் சுற்றுச்சூழலைக் காப்பாற்ற வேண்டியிருக்கிறது. சென்னையின் காற்று மாசுபாடு, ஒலி மாசுபாடு ஆகியவற்றை அவசரப் பணிகளாகக் கருதிச் சரிசெய்ய வேண்டும்.

பொதுக் கழிவறைகள் எங்கே?

சென்னையில் மட்டும் சுமார் 1000க்கும் மேற்பட்ட இடங்களில் நவீன கழிவறைகள் பயன்பாட்டில் உள்ளதாக மாநகராட்சியின் புள்ளிவிவரம் கூறுகிறது. சென்னையில் பல கழிப்பிடங்கள் உள்ளன என்பது உண்மைதான். ஆனால் அவை பயன்பாட்டுக்கு ஏற்ற வகையில் இருக்கின்றனவா? பரவலாக எல்லோரும் பயன்படுத்தும் வகையில் இருக்கின்றனவா? குறிப்பாகப் பெண்கள் பயன்படுத்துமளவுக்கு அங்கு பாதுகாப்பான சூழலும் தூய்மையும் இருக்கின்றனவா?

குடலைப் பிரட்டும் துர்நாற்றம்தான் சென்னையின் பொதுக் கழிவறைகளின் பொது அடையாளம். கழிவறை கண்ணுக்குப் படுவதற்கு முன்பே மூக்குக்குத் தெரிந்துவிடும். இப்படிப்பட்ட கழிவறைகளைச் சீரமைப்பது சிங்காரச் சென்னையின் முதல் பணியாக இருக்க வேண்டும்.

சென்னையின் பன்முகத்தன்மை, அடர்த்தியான மரங்கள், நீண்ட கடற்கரைப் பகுதி, இரு பெரும் நதிகள் ஆகியவை சென்னையின் அழகுக்கு முக்கியப் பங்கு வகிக்கின்றன. சென்னையின் ஜீவனாக இருக்கும் மக்களை அப்புறப்படுத்துவது, மரங்களை வெட்டிக் கட்டிடங்கள் கட்டுவது, தேவையில்லாத பாலங்களைக் கட்டிக் கொண்டேபோவது, கடற்கரைப் பகுதியின் தூயமையைக் கெடுப்பது ஆகியவற்றை முதலில் நிறுத்த வேண்டும். சென்னையின் நதிகளைத் தூய்மைப்படுத்த வேண்டும். நீர் வளத்தையும் காற்றின் தரத்தையும் கூட்ட வேண்டும். இவையெல்லாம் இல்லாவிட்டால் பெயரில் மட்டுமே சிங்காரம் இருக்கும்.

•

[33]

பாலியல் அத்துமீறல்: ஆண் ஆசிரியர்களைத் தவிர்ப்பது தீர்வாகுமா?

மாணவிகள் படிக்கும் பள்ளிகளில் ஆசிரியைகளை மட்டுமே நியமிக்க நடவடிக்கை எடுக்கப்படும் என்று பள்ளிக் கல்வி அமைச்சர் அன்பில் மகேஷ் பொய்யாமொழி கூறியிருப்பதாகச் செய்தி வந்திருக்கிறது. கொரோனா பெருந்தொற்று குறித்த அதிர்ச்சிகளையெல்லாம் தூக்கி அடிக்கக்கூடிய அதிர்ச்சியை ஏற்படுத்துகிறது இந்தச் செய்தி.

அண்மையில் தனியார் பள்ளியொன்றில் நடைபெற்ற பாலியல் அத்துமீறலும் அதன் பிறகு வெளிப்பட்ட அதுபோன்ற மேலும் பல சம்பவங்களும் சேர்ந்து அமைச்சரை இப்படிப் பேசவைத் திருக்கலாம். ஆனால், நடந்த பிரச்சினைக்கு இதைவிடவும் மேலோட்டமான, பதற்றமான, விபரீதமான எதிர்வினை இருக்க முடியாது. மூட்டைப்பூச்சிக்குப் பயந்து வீட்டைக் கொளுத்துவது என்று சொல்வார்கள். அப்படி இருக்கிறது அமைச்சரின் யோசனை.

பள்ளியில் மட்டும்தான் அத்துமீறலா?

பாலியல் அத்துமீறல் என்பது பல்வேறு பரிமாணங்களும் வெளிப்பாடுகளும் கொண்டது. பள்ளிக்கூடத்தில் நடப்பது அதன் சிறியதொரு கூறு. இதன் ஆக்டோபஸ் கரங்கள் பல துறைகளையும் தருணங்களையும் பற்றிப் படருவது. மாணவிகள் படிக்கும் பள்ளிகளில் ஆண் ஆசிரியர்களை நியமிக்கக் கூடாது என்னும் 'தீர்வை' அதன் தர்க்க ரீதியான எல்லைக்கு எடுத்துச் சென்றால்,

ஆண்களையும் பெண்களையும் பிரித்து வைப்பதுதான் பாலியல் அத்துமீறலுக்கான தீர்வு என்னும் முடிவுக்குத்தான் வர வேண்டியிருக்கும். அது சாத்தியமில்லை என்பது ஒருபக்கம் இருக்கட்டும். இதில் வேறொரு விபரீதமும் இருக்கிறது.

ஆணும் பெண்ணும் சேர்ந்து இருக்கும் இடங்களில் ஒரு ஆண் பாலியல் அத்துமீறலிலோ வன்முறையிலோ ஈடுபடுவான் என்னும் அனுமானம் இதன் பின்னால் இருக்கிறது. எல்லா ஆண்களையும் இழிவுபடுத்துவது இந்த அனுமானத்தின் ஒரு பகுதி என்றால், ஆண் என்றால் அப்படித்தான் இருப்பான் என்னும் கூற்று இதில் ஒளிந்துள்ள மிகப் பெரிய அபாயம். ஆண் அப்படித்தான், எனவே அவனை விட்டு விலகி இரு. அவன் இருக்கும் இடத்துக்குப் போகாதே, அவனோடு சேர்ந்து படிக்காதே, அவனோடு சேர்ந்து பழகாதே, அவனோடு சேர்ந்து வேலை செய்யாதே என்று சொல்வதாகவே அமையும். அல்லது பெண்கள் அதிகம் இருக்கும் இடத்தில் ஆண்களை நெருங்க விடக் கூடாது என்று சொல்வதாக அமையும்.

இது சாத்தியமா என்பது ஒருபுறம் இருக்கட்டும். ஆண் அப்படித்தான் இருப்பான் என்னும் அனுமானம்தான் இதில் உள்ள மிகப் பெரிய அபாயம். இந்த அனுமானம் ஆண்கள் அடிப்படையிலேயே பாலியல் அத்துமீறல் இயல்பு கொண்டவர்கள் என்று சொல்கிறது. பாலியல் உணர்வு என்பது இயல்பானது. பாலியல் அத்துமீறல் என்பது மனக் கோளாறு. நடத்தைக் கோளாறு. ஆண் அப்படித்தான் என்று சொல்லும்போது இந்தக் கோளாறு இயல்பாக்கம் பெறுகிறது. அதனாலேயே அது நியாயப்படுத்தப்படவும் படுகிறது. 'ஆம்பளன்னா அப்படித்தான் இருப்பான், நாமதான் பாத்து நடந்துக்கணும்' என்று பெண்களுக்கு அறிவுரை சொல்வதற்கு ஒப்பானது இது.

பிரித்து வைப்பது தீர்வாகாது

பாலியல் அத்துமீறல்களை, அதுவும் ஆசிரியர், மேலதிகாரி, அதிகாரத்தில் இருப்போர் முதலானவர்கள் செய்யும் அத்து மீறல்களைக் கடுமையான குற்றங்களாகக் கருதி அவற்றைக் கையாள வேண்டும். இவற்றைத் தவிர்ப்பதற்கான விழிப்புணர்வு இயக்கங்கள், முன்னெச்சரிக்கைக் கட்டுப்பாடுகள், பாலியல் அத்துமீறல்கள் என்றால் என்ன என்பது குறித்த வரையறைகளைத் தெளிவுபடுத்திப் பரவலாக அனைவரும் அறியச் செய்தல், அத்துமீறல்கள் நடக்காமல் கண்காணிக்கும் வலுவான

அமைப்புகளை ஏற்படுத்துதல், அத்துமீறல்களிலிருந்து தப்பிக்கும் வழிகளைப் பெண்களுக்குச் சொல்லித்தருதல், அத்துமீறல்கள் குறித்துப் புகார் அளிக்கும் நடைமுறைகளை எளிமைப் படுத்துதல், அத்துமீறலுக்கு உள்ளான பெண்ணைக் குற்ற உணர்வுக்கு ஆளாக்கும் சமூகக் கோளாறைச் சரிசெய்தல் முதலான நடவடிக்கைகளைத்தான் எடுக்க வேண்டுமே தவிர, ஆணையும் பெண்ணையும் பிரித்து வைப்பது இதற்கான தீர்வாக அமையாது.

பள்ளியில் படிக்கும் பெண்கள் பள்ளிகளில் மட்டும் இந்தக் கொடுமைகளை அனுபவிக்கவில்லை. வீடுகளிலும் அக்கம் பக்கத்திலும் உறவினர் வட்டத்திலும்கூடச் சில பெண்கள் இத்தகைய துன்பங்களுக்கு ஆளாகிறார்கள். இதை வெளியில் சொல்வதில் உள்ள நடைமுறைச் சிக்கல்களும் சமூகக் களங்கமும் பெரும்பாலானோரை இதை அமைதியாக ஏற்றுக்கொள்ளும் நிலைக்குத் தள்ளுகிறது.

இதே பெண்கள் படித்து வேலைக்குப் போகும் இடங்களில் ஆண்களோடு சேர்ந்து பணிபுரிய வேண்டும். பேருந்து, ரயில் போன்றவற்றில் ஆண்களோடு சேர்ந்து பயணிக்க வேண்டும். அன்பில் மகேஷின் தர்க்கப்படி பார்த்தால், வகுப்பு, ரயில், பேருந்து, சந்தைகள், அலுவலகங்கள் என அனைத்தையும் ஆண்களுக்கும் பெண்களுக்குமானதாகப் பிரித்து வைக்க வேண்டும். குடும்பங் களுக்கும் நிகழும் அத்துமீறல்களைத் தடுக்க அமைச்சர் என்ன செய்வார் என்று தெரியவில்லை.

ஆணும் பெண்ணும் சேர்ந்ததுதான் இந்த உலகம். இரு தரப்பினரும் பரஸ்பரம் மற்றவரின் உரிமைகளையும் உணர்வுகளையும் மதித்து வாழும் பண்பையும் அதற்கான பக்குவத்தையும் அதற்கான சூழலையும் ஏற்படுத்துவதுதான் பாலியல் அத்துமீறல்களைக் களையச் சிறந்த வழி. ஆண்களையும் பெண்களையும் தனித் தனியாக ஒதுக்குவது போன்ற நடவடிக்கைகள் பாலினப் பாகுபாட்டையும் பாலியல் குற்றங்களையும் அதிகரிக்குமே தவிர குறைக்காது.

ஆண் ஆசிரியர்களைத் தவிர்ப்பது என்பது ஒரு விதத்தில் ஆண்களைத் தவிர்ப்பது என்பதாகத்தான் பொருள்படும். ஆண்களைத் தவிர்க்கவே முடியாத இடத்தில் பெண்கள் என்ன செய்வது? அங்கெல்லாம் பெண்கள் போகாமல் இருக்க வேண்டும் என்னும் முடிவைத்தான் எடுக்க வேண்டியிருக்கும். ஆண்கள் ஆதிக்கம் செலுத்தும் இடங்களில் பெண்களுக்கான இடங்களையும்

உருவாக்கி அனைத்து இடங்களிலும் பாலினச் சமத்துவத்தை வளர்த்தெடுக்க வேண்டும் என்னும் சிந்தனைப் போக்கிற்கு நேர் எதிரான சிந்தனை இது. இந்தப் போக்கு படிப்படியாகப் பொது வெளியிலிருந்து பெண்களை ஒதுக்குவதில்தான் போய் முடியும். அதாவது, வீட்டுக்குள்ளே பெண்ணைப் பூட்டிவைக்கும் நிலைக்கு.

அமைச்சரின் யோசனை மேலோட்டமானது மட்டுமல்ல. விபரீதமானது, இயற்கைக்கு மாறானது, பெண்களை மேலும் முடக்கவே பயன்படக்கூடியது. இத்தகைய விபரீதமான முடிவை அவர் எடுக்கும் முன் முதல்வர் தலையிட்டு இதைத் தடுக்க வேண்டும் எனபதே பாலினச் சமத்துவத்தில் நம்பிக்கை உள்ளவர்களின் கோரிக்கை.

•

[34]

ஃபேமலி மேன் – 2: தமிழ்நாட்டுக்கு என்னதான் ஆச்சு?

ஃபேமிலி மேன் என்னும் இணையத் தொடரின் இரண்டாம் பாகம் அமேசான் பிரைம் ஓடிடி தளத்தில் வெளியாகிக் கிட்டதட்ட மூன்று நாட்களாகிவிட்டன. முன்னோட்டத்தைப் பார்த்துவிட்டு அந்தத் தொடரைத் தடை செய்ய வேண்டும் என்று குரல் கொடுத்தவர்கள் யாரும் தொடரைப் பார்த்ததாகவோ அதைப் பற்றிப் பேசியதாகவோ தெரியவில்லை.

முன்னணி நட்சத்திரங்களின் படம் வெளிவந்தால் எந்த அளவுக்குக் கவனம் கிடைக்குமோ அதற்கு இணையாகப் பல்வேறு ஊடகங்களிலும் சமூக வலைதளங்களிலும் ஃபேமிலி மேன் இரண்டாம் பாகத்தைப் பற்றிய விமர்சனங்களும் கருத்துக்களும் கொட்டிக்கொண்டிருக்கின்றன. தடை கோரியவர்கள் அமைதி காக்கிறார்கள்.

பத்மாவதி படம் வெளியான பிறகு எல்லாப் போராட்டங்களும் அடங்கின. படம் ராஜபுத்திரர்கள் கூறிக்கொள்ளும் கலாச்சாரப் பெருமையைத் தூக்கிப் பிடித்தது. கில்ஜியை நாகரிமற்ற மனிதனாகச் சித்தரித்தது. நூற்றுக்கணக்கான பெண்கள் நெருப்பில் குளித்ததை மகிமைப்படுத்துயது.

பத்மாவதி படத்தில் வரலாற்று ரீதியாகப் பல பிரச்சினைகள் இருக்கின்றன. பெண்கள் தீக்குளிப்பதை மகிமைப்படுத்துவதும் ஆட்சேபத்திற்கு உரியதுதான். ஆனால், இவையெல்லாம்

வலதுசாரிகளுக்கு உவப்பாகவே இருந்தன. எனினும் முன்னோட்டத்தைப் பார்த்துவிட்டு அவர்கள் படத்தை எதிர்த்தார்கள். தடை கோரினார்கள். மிரட்டினார்கள்.

ஒரு படைப்பைப் பார்க்காமலேயே அதைத் தடை செய்ய வேண்டும் என்று கோரும் அதே போக்கு ஃபேமலி மேன் விஷயத்திலும் நடந்திருக்கிறது. இதை வெளியிடாமல் தடை செய்ய வேண்டும் என்று நாம் தமிழர் கட்சித் தலைவர் சீமானும் மதிமுக பொதுச் செயலாளர் வைகோவும் கோரினார்கள். அதே கோரிக்கையைத் தமிழகத் தகவல் தொழில்நுட்பத் துறை அமைச்சர் மனோ தங்கராஜும் முன்வைத்தார். தொடரைத் தடைசெய்ய வேண்டும் என்று அவர் ஒன்றிய அரசுக்குக் கடிதமும் எழுதினார்.

இந்தத் தொடர் தமிழ் ஈழப் போராட்டத்தைக் கொச்சைப் படுத்துகிறது என்பது சீமானின் குற்றச்சாட்டு. தமிழ்ப் பண்பாட்டையும் அது இழிவுபடுத்துகிறது என்றார் அமைச்சர். கிட்டத்தட்ட எட்டு மணிநேரம் ஓடும் இந்தத் தொடரின் உள்ளடக்கத்தை இரண்டு நிமிட முன்னோட்டத்திலேயே கண்டுபிடித்துத் தடை கோரினார்கள் இவர்கள்.

தொடர் வெளிவந்து பலருடைய பாராட்டையும் பெற்று வருகிறது. படத்தில் விடுதலைப் புலிகளைப் பற்றிய சித்தரிப்பு இடம்பெற்றிருக்கிறது. தமிழ்ப் போராளிகளுக்கும் ஐஎஸ்ஐ அமைப்புக்கும் தொடர்பு இருப்பதாகக் காட்டப்படுகிறது. அதே சமயம், போராடும் தமிழர்களின் நியாயம் என்ன என்பதும் அழுத்தமாகச் சொல்லப்படுகிறது. சிறுபான்மைத் தமிழர்கள் இலங்கையில் அனுபவித்த கொடுமைகளையும் படம் சித்தரிக்கிறது.

இயக்குநர் சேரன் படம் தமிழர்களின் போராட்டத்தைச் சித்தரிக்கும் விதத்தை விமர்சித்துள்ளார். ஓரிரு ஊடகங்களும் இதேபோன்ற விமர்சனத்தை முன்வைத்திருக்கின்றன. ஆனால், படம் பார்த்த பெரும்பாலானவர்கள் தமிழ்ப் போராளிகளைக் கொச்சைப் படுத்துவதாகச் சொல்லவில்லை. தமிழ்ப் பண்பாட்டைத் தவறாகச் சித்தரிப்பதாகவும் சொல்லவில்லை. சீமான், வைகோ, தங்கராஜ் ஆகியோர் தொடரைப் பார்த்துவிட்டுக் கருத்துச் சொன்னார்களா என்றால் அதுவும் இல்லை. முன்னோட்டத்தைப் பார்த்துப் பொங்கியவர்கள் இப்போது அமைதி காக்கிறார்கள்.

முன்னோட்டத்தை மட்டும் வைத்துக்கொண்டு ஒரு படைப்பைத் தடை செய்யும்படி கேட்பதில் உள்ள அபத்தம் ஒருபுறம்

இருக்கட்டும். புண்படுத்துதல், இழிவுபடுத்துதல் ஆகிய காரணங்களைச் சொல்லி ஒரு படைப்பைத் தடை செய்யும்படி கோருவது முறையா என்பதே நாம் விவாதிக்க வேண்டிய கேள்வி. படைப்பு, கருத்து என்று வந்தாலே அது யாரையேனும் இழிவுபடுத்தத்தான் செய்யும், யாரையேனும் கோபப்படுத்தத்தான் செய்யும். யாரையுமே தொந்தரவு செய்யவில்லை என்றால் அது படைப்பே இல்லை.

எடுத்துக்காட்டாக, வறுமையைப் பற்றிப் படம் எடுத்தால் வறுமைக்கான காரணங்களைச் சொல்லும்போது சிலருக்கு வலிக்கலாம். தீண்டாமையைப் பற்றிப் படம் எடுக்கும்போது தீண்டாமையைக் கடைப்பிடிப்பவர்களின் மன விகாரத்தைச் சித்தரிக்காமல் இருக்க முடியாது. ஊழல் அரசியல்வாதிகளைப் பற்றிப் படம் எடுத்தால் அவர்கள் மனம் புண்படத்தன் செய்யும். குடும்ப அமைப்புக்குள் பெண்கள் ஒடுக்கப்படுவது பற்றிப் படம் எடுத்தால் ஆண்களின் மனம் காயப்படும். இதற்காக இதையெல்லாம் பேசாமல் இருக்க முடியுமா? அப்படிப் பேசாமல் இருந்தால் அது படைப்பாக இருக்குமா?

படைப்பு நியாயமற்றதாக, சிறுபிள்ளைத்தனமாக ஒரு விஷயத்தைக் கையாண்டால் அதையும் சட்டபூர்வமாகவோ, விமர்சன ரீதியாகவோதான் எதிர்கொள்ள வேண்டுமே தவிர தடை கோருவது முறையல்ல. இப்படிக் கோரத் தொடங்கினால் சங்கடமான எந்த விஷயத்தையும் பேசவே முடியாத நிலை உருவாகிவிடும்.

படைப்பை இழிவுபடுத்தாதீர்கள்

புண்படுத்துதல், இழிவுபடுத்துதல் என்னும் காரணங்களைச் சொல்லித் தடை கோருவது புதிதல்ல. தமிழகத்தின் முன்னாள் முதல்வர் மு.கருணாநிதி கதை - வசனம் எழுதிய பராசக்தி படம் கடவுள் நம்பிக்கையாளர்களைப் புண்படுத்துகிறது என்பதால் தடைசெய்ய வேண்டும் என்னும் கோரிக்கை எழுந்தது. அப்போது முதல்வராக இருந்த சக்கரவர்த்தி ராஜகோபாலாச்சாரியார் தடைசெய்ய மறுத்தார். விமர்சனம் என்றால் புண்படுத்தத்தான் செய்யும் என்பது அவருக்குப் புரிந்திருந்தது.

மத நம்பிக்கைகளைக் கடுமையாக விமர்சித்த பெரியார் ஈவெ.ரா., தனக்கு எதிரான விமர்சனங்கள் எவ்வளவு கடுமையாக இருந்தாலும் அவற்றை இயல்பாக ஏற்றுக்கொண்டார். அந்த விமர்சனங்கள் புண்படுத்துகின்றன என்று அவர் கட்சித் தொண்டர்கள்

சொன்னபோது, நாம் பேசுவது அவர்களைப் புண்படுத்தும் இல்லையா, அதைப் போலத்தான் இதுவும் என்றார்.

விமர்சனத்தைக் கருத்தளவில் எதிர்கொள்ள வேண்டுமே தவிர, தடைசெய்யும்படி கோருவது ஜனநாயக உணர்வுக்கோ கருத்துச் சுதந்திரத்திற்கோ ஏற்றதல்ல. படைப்பையே இழிவுபடுத்தும் போக்கு இது.

சட்டம் ஒழுங்கு பிரச்சினை காரணமாகச் சில படைப்புகளைத் தடைசெய்ய வேண்டிய சூழல் வரலாம். ஆனால், ஆழ்ந்த பரிசீலனைக்குப் பிறகு மிகவும் கவனமாக, மிக மிக அரிதாக எடுக்க வேண்டிய நடவடிக்கை இது. கருத்துச் சுதந்திரம் என்பது மனித வாழ்வுக்கு அந்த அளவுக்கு முக்கியம்.

எடுத்ததற்கெல்லாம் சீறி எழுந்து தடை கோருவது கருத்துச் சுதந்திரத்தைச் சிதைக்கும் அணுகுமுறை. மாற்றுக் கருத்தை எதிர்கொள்ளும் பக்குவம் அற்ற நிலையில்தான் இத்தகைய கோரிக்கைகள் எழும். அத்தகைய நிலை தமிழ்நாட்டில் இல்லாதொழிவதே படைப்புக்குச் செய்யும் மரியாதை.

•

[35]

குற்றங்களுக்கும் உண்டா சாதியும் மதமும்?

பள்ளி மாணவர்கள் பாலியல் அத்துமீறலுக்கு ஆளாகும் பட்சத்தில் அவர்களுடைய பள்ளியின் பெயரைக் குறிப்பிடக் கூடாது என்று சட்டம் கூறுகிறது. அந்த மாணவர்களின் அடையாளம் வெளியில் தெரியாமல் பாதுகாப்பதற்காகவே இந்த ஏற்பாடு. அதனால்தான் சென்னை பள்ளியில் பாலியல் அத்துமீறல் என்று சில ஊடகங்கள் எழுதின. ஆனால், அடுத்தடுத்த நாட்களில் அந்தப் பள்ளி நிர்வாகத்தினரும் மற்றவர்களும் பகிரங்கமாக இதைப் பற்றிப் பேசத் தொடங்கிய பிறகு இந்த எச்சரிக்கை எல்லாம் அர்த்தமில்லாமல் ஆகிவிட்டது.

சட்டம் எவ்வளவு முன்னெச்சரிக்கை நடவடிக்கைகளைக் கோரினாலும் பாலியல் அத்துமீறல்கள் அம்பலத்துக்கு வந்த பிறகு பல விதமான நாகரிகங்களும் குப்பைக்குப் போகின்றன. குற்றத்தையும் குற்றவாளிகளையும் கண்டிக்கும்போது இதே அநாகரிகம் விபரீத வடிவம் எடுக்கிறது.

பள்ளியில் நடந்த குற்றத்தைவிடவும் அந்தப் பள்ளியின் பின்புலம் அலசப்பட்டது. பத்ம சேஷாத்ரி பாலபவன் (பிஎஸ்பிபி) என்னும் அந்தப் பள்ளியின் 'பிராமண மேட்டிமைத்தனம்' விவாதப் பொருள் ஆனது. பள்ளியின் நிறுவனர் திருமதி ஒய்.ஜி. ராஜலட்சுமி பார்த்தசாரதியின் பேத்தியான மதுவந்தி இந்தப் பிரச்சினை குறித்துத் தன்னுடைய யூடியூபில் பேச, அதன் பிறகு இந்தப் பிரச்சினையின் விவாதம் வேறு திசைக்குச் சென்றது.

விவாதப் பொருளான சாதி

மதுவந்தி, பிஎஸ்பிபி பள்ளியின் முன்னாள் மாணவர். பள்ளி நிர்வாகத்தின் அறங்காவலர்களில் ஒருவர். பாதிக்கப்பட்ட குழந்தைகளின் வேதனையைப் பகிர்ந்துகொள்ளும் தன்மை எதுவும் அவர் பேச்சில் தெரியவில்லை. வழக்கமாக அவர் வெளியிடும் அரசியல் பரப்புரைக் காணொலிகளில் ஒன்று போலத்தான் அது இருந்தது.

ஐந்தாண்டுகளாக இந்த குற்றம் நடந்துவருவதாகக் குற்றம் சாட்டப்பட ஆசிரியரே ஒப்புக்கொண்டிருக்கிறார். அது குறித்த குற்ற உணர்ச்சி மதுவந்தியின் பேச்சில் வெளிப்படவில்லை. இனி இதுபோன்ற தவறுகள் நடக்காமல் தடுக்க உரிய நடவடிக்கை எடுப்போம் என்கிற வாக்குறுதியும் இல்லை. பள்ளியின் பெயரைக் காப்பாற்ற வேண்டும் என்னும் முனைப்புதான் அவர் பேச்சில் தெரிந்தது.

சமூக வலைத்தளங்களில் இந்தப் பிரச்சினை பற்றிப் பேசிய பலரும் இந்தப் பள்ளியின் பிராமணப் பின்னணியைக் குறிப்பிட்டுப் பேசினார்கள். பிராமணப் பின்னணி கொண்ட பள்ளி என்ப தாலேயே அதைச் சிலர் கூடுதலாக விமர்சித்தார்கள்.

இது பிராமணர்கள் நடத்தும் நிறுவனம் என்பதால்தானே இப்படிப் பாய்கிறீர்கள், வேறு சாதி, மதத்தினரின் நிறுவனங்களில் இதுபோல நடந்தபோது எங்கே போயிருந்தீர்கள் என்று வேறு சிலர் கேட்டார்கள்.

அரசும் காவல் துறையும் இதில் வேகமாக நடவடிக்கை எடுத்தன. பிஎஸ்பிபி பள்ளி பிராமணர்கள் நடத்தும் நிறுவனம் எனபதால் திமுக அரசு இவ்வளவு சுசுறுப்பைக் காட்டுகிறது என்றும் விமர்சிக்கப்பட்டது.

பிராமணப் பின்புலத்தின் காரணமாக பிஎஸ்பிபி பள்ளி ஆளும் கட்சியாலும் அதன் ஆதரவாளர்களாலும் குறிவைக்கப்படுவ தாகவும் மதுவந்தி பேசிவருகிறார். பாஜக மாநிலங்களவை உறுப்பினர் சுப்பிரமணியன் சுவாமி இந்த விஷயத்துக்காக திமுக அரசைக் கலைக்க வேண்டும் என்று மத்திய அரசை வலியுறுத்திக் கடிதம் வெளியிட்டுள்ளார். தமிழகத்தைச் சேர்ந்த பாஜக பிரமுகரும் திரைப்பட நடிகையுமான காயத்ரி ரகுராம், இந்த விவகாரத்தில் திமுக அரசை விமர்சித்துவருகிறார்.

யாருமே பாதிக்கப்பட்ட குழந்தைகளைப் பற்றிப் பேசவில்லை. பள்ளிகளில் நம் குழந்தைகளுக்கான பாதுகாப்புக்கு என்ன உத்தரவாதம் என்று கேட்கவில்லை. பள்ளியின் சாதி, குற்றம் சாட்டப்பட்டவரின் சாதி, இதேபோன்ற குற்றச்சாட்டுக்களுக்கு ஆளான பிறருடைய சாதி, மதப் பின்புலம் ஆகியவை அலசப்பட்டன.

அந்தச் சாதிக்காரரின் பள்ளியில், இந்த மதத்துக்காரரின் நிறுவனத்தில் என்றெல்லாம் நீட்டி முழங்கியவர்கள் அப்படிப் பட்ட சம்பவங்கள் நடந்தபோது குரல் எழுப்பியதில்லை. தங்களை நோக்கிக் கல் வீசப்படும்போது தற்காத்துக்கொள்வதற்காகப் பிற சாதி, மதங்களைக் குறிவைத்துப் பேசுகிறார்கள். குற்றச்சாட்டுக்கள் எழும்போது பொது அக்கறையுடன் இவர்களும் குரல் கொடுத்ததில்லை.

இந்த விவாதத்தில் எழுந்த பெரும்பாலான குரல்களும் வாதங்களும் ஒரு விஷயத்தைத் தெளிவாகச் சொல்கின்றன. நீ என்ன செய்தாய் என்பது முக்கியமில்லை. நீ என் சாதியை, மதத்தை, கட்சியைச் சேர்ந்தவனா என்பதுதான் முக்கியம் என்னும் நிலைப்பாடு பலரிடமும் இருக்கிறது என்பது தெளிவாகியிருக்கிறது.

விதிவிலக்கான குரல்கள்

பாதிக்கப்படும் குழந்தைகள், பெண்கள் குறித்த மெய்யான அக்கறை கொண்டவர்களிடம் இத்தகைய கண்ணோட்டம் இருக்காது. அப்படிப்பட்ட குரல்களும் இந்தப் பிரச்சினையில் ஆங்காங்கே வெளிப்படத்தான் செய்தன. பிஎஸ்பிபி விஷயத்தில் அரசு நடவடிக்கை எடுக்கும் என்று திமுக எம்பி கனிமொழி கூறியபோது, பாடலாசிரியர் வைரமுத்துவின் மீது தான் உள்பட 15க்கும் மேற்பட்ட பெண்கள் புகாரளித்தபோது ஏன் இதுபோன்ற குரலை எழுப்பவில்லை என்று பாடகர் சின்மயி கேள்வி எழுப்பினார். கட்சி அடிப்படையிலும் சின்மயியின் சாதியை முன்னிட்டும் திரைப்படத் துறை சார்ந்தும் வைரமுத்துவுக்கு ஆதரவாகக் குரல் கொடுத்த பலர் மீண்டும் சின்மயியைக் குறிவைத்து வசைபாடத் தொடங்கினார்கள்.

இவர்களுக்கு மத்தியில் பாடலாசிரியர் தாமரையின் கூற்று ஆறுதலளிப்பதாக இருந்தது. குற்றம் சுமத்தியவரின் சாதியைப் பார்த்து அவருக்கு ஆதரவு தெரிவிப்பது அல்லது கண்டு கொள்ளாமல் இருப்பதைத் தான் ஏற்கவில்லை என்று அவர்

தெளிவாகச் சொன்னார். பாலியல் குற்றச்சாட்டை முன்வைக்கும் பெண் எந்தப் பின்னணியைச் சேர்ந்தவர் என்று பார்க்காமல் அவர் குற்றச்சாட்டை அணுக வேண்டும் என்று அவர் அழுத்தமாகக் குரல் கொடுத்தார்.

இதுபோன்ற குரல்கள் ஆங்காங்கே ஒலித்தாலும் பொதுவான போக்கு, சாதி, மதம், கட்சி ஆகியவற்றைச் சார்ந்ததாகவே இருக்கிறது. உத்தரப் பிரதேசத்திலும் காஷ்மீரிலும் பாலியல் குற்றச்சாட்டுக்கு ஆளான கட்சியைச் சேர்ந்தவர்களை அந்தக் கட்சியினர் பகிரங்கமாக ஆதரித்தபோது பொங்கிய பலரும் தங்களுக்கு நெருக்கமான கட்சி, சாதி என்று வரும்போது அதேபோன்ற தவறைச் செய்கிறார்கள்.

பாலியல் குற்றங்கள், அத்துமீறல்கள் ஆகியவை பெரிய பிரச்சினையாக உருவெடுத்து நிற்பவை. வீடுகள், பள்ளிகள், பொது இடங்கள், தொழில் துறைகள், அலுவலகங்கள் ஆகியவற்றில் பெண்களின் பாதுகாப்புக்குக் கடும் அச்சுறுத்தலை ஏற்படுத்துபவை. குற்றத்தை விடவும் குற்றம் சாட்டப்பட்டவர், பாதிக்கப்பட்டவர் ஆகியோரின் சாதி, மதம், மொழி, கட்சி ஆகியவற்றைப் பார்த்துப் பேசுவது பாதிக்கப்பட்டவரை மேலும் வேதனைப்படுத்துவ தாகவே அமையும். குற்றங்கள் குறைய இந்தப் போக்கு உதவாது. சாதி முதலான அடையாளங்களை முன்னிறுத்திக் குற்றவாளிகள் தப்பிக்கவே துணைபுரியும்.

இந்தப் போக்கு இருக்கும்வரை எந்தச் சட்டம் போட்டாலும் பெண்களுக்கான பாதுகாப்பு என்பது கவலைக்குரியதாகவே இருக்கும்.

•

[36]

மசாலா படங்களுக்கும் வேண்டும் கருத்துச் சுதந்திரம்!

ஒன்றிய அரசு அறிமுகப்படுத்தியுள்ள ஒளிப்பதிவு சட்டத் திருத்த மசோதா தற்போது விவாதப் பொருளாகியுள்ளது. 50 ஆண்டுகளுக்கு மேல் திரைத்துறையில் இயங்கிவரும் கமல் ஹாசன் உள்படப் பல திரைக் கலைஞர்கள் இதற்கு எதிர்ப்புத் தெரிவித்துவருகிறார்கள். இந்த மசோதா அரசுக்கு அளப்பரிய தணிக்கை அதிகாரத்தை வழங்கும் என்று இந்தியாவின் முன்னணி சினிமா இயக்குநர்கள் குற்றம்சாட்டுகிறார்கள்.

இந்தச் சட்டம் நிறைவேற்றப்பட்டால், அது தணிக்கைச் சான்று வழங்கப்பட்டு வெளியான படத்தை மீண்டும் ஆய்வுக்கு உட்படுத்த வழி ஏற்படும். இதில் சென்சார் குழுவுக்கு எந்த ஒரு பிரச்சனையும் இல்லாத போதுகூடச் சான்றை திரும்பப் பெறலாம் என பொருள் தருகிறது இந்தச் சட்ட வரைவு. ஒரு படத்துக்கு வழங்கிய சான்றை, பார்வையாளர்களின் புகாரின் பேரில் திரும்பப் பெற முடியும். 'பார்வையாளர்களின் புகாரின் பேரில்' என்பது இதில் மிக முக்கியமான அம்சம். எந்தப் படத்திற்கு வேண்டுமானால் 'பார்வையாளர்கள்' புகார் அளிக்கலாம் என்னும் நிலையில் எந்தப் படத்தின் மீது வேண்டுமானலும் எப்போது வேண்டுமானாலும் இந்தத் தணிக்கைக் கத்தி பாயலாம்.

ஒரு படைப்பைப் பற்றிய தீர்மானத்தை மக்கள் கருத்துக்கு விடுவது. மேலெழுந்தவாரியாகப் பார்க்கும்போது இது ஜனநாயக ரீதியிலான அணுகுமுறைபோலத் தோன்றும். ஆனால், இது அடிப்படையில்

பிழையானது. தங்களுக்கான பிரதிநிதிகளைத் தேர்ந்தெடுப்பதில் மக்கள் அனைவருக்கும் சம உரிமை தருவதும் அதிக மக்களின் ஆதரவைப் பெற்றவர்கள் அதிகாரத்திற்கு வருவதும் ஜனநாயகத்தின் அடிப்படையில்தான் நடக்கிறது. ஆனால், அதிகாரத்தில் இருப்பவர்கள் இயற்றும் சட்டங்கள் மக்களிடையே வாக்களிப்பிற்கு விடப்பட்டு நிறைவேற்றப்படுவதில்லை. மக்கள் பிரதிநிதிகள்தான் இங்கு வாக்களிக்கிறார்கள்.

ஜனநாயகம் என்பது எல்லாவற்றுக்கும் மக்கள் கருத்தைக் கேட்பது அல்ல. எல்லாவற்றுக்கும் அவற்றோடு தொடர்புடையவர்களின் கருத்தைக் கேட்பது. நீதிமன்றத்தில் பல்வேறு வழக்குகளை மூன்று நீதிபதிகள் அடங்கிய அமர்வு விசாரிக்கும். மூவருக்குமிடையே ஒருமித்த கருத்து ஏற்படாவிட்டால் இரண்டு நீதிபதிகளின் கருத்தே இறுதித் தீர்ப்பாக அமையும். 100 கோடி மக்களின் வாழ்வு தொடர்பான தீர்ப்பாக இருந்தாலும் அந்த அமர்வின் பெரும்பான்மைக் கருத்து எதுவோ அதுவே தீர்ப்பு.

ஜனநாயகம் என்பது ஒவ்வொரு மட்டத்திலும் இப்படித்தான் செயல்படும். திரைப்படங்களுக்கான தணிக்கைக் குழுவிலும் பல உறுப்பினர்கள் இருப்பார்கள். குறிப்பிட்ட படத்திற்கான வெட்டுக்கள், சான்றிதழின் தன்மை ஆகியவை அந்தக் குழுவிற்குள் பெரும்பான்மைக் கருத்தின் அடிப்படையில் முடிவெடுக்கப்படும். இதுதான் ஜனநாயக முறை. மிக மிக முக்கியமான பிரச்சினைகளில் மட்டுமே மக்கள் கருத்து நேரடியாகக் கோரப்படும். ஐரோப்பிய ஒன்றியத்திலிருந்து பிரிட்டன் விலக வேண்டுமா, வேண்டாமா என்பது குறித்து பிரிட்டனில் அத்தகைய கருத்துக் கேட்பு நடத்தப்பட்டு அதன் அடிப்படையில் முடிவெடுக்கப்பட்டது. எல்லாவற்றுக்கும் மக்கள் கருத்து கேட்டு முடிவு செய்வது என்றால் நாட்டில் கருத்துக் கேட்பைத் தவிர வேறு எதையுமே செய்ய முடியாது.

மக்களுக்கு இருக்கும் உரிமை

நாடாளுமன்றம் உள்பட அரசு அமைப்புகள் எடுக்கும் முடிவைக் கேள்விக்கு உட்படுத்தும் உரிமை குடிமக்கள் அனைவருக்கும் உண்டு. இது சிஏஏ சட்டத்துக்கும் பொருந்தும், சென்சார் சான்றிதழ் பெற்ற படத்துக்கும் பொருந்தும். இந்நிலையில் புதிதாக மக்கள் கருத்தின் அடிப்படையில் நடவடிக்கை எடுப்பது என்பது திரைப்படப் படைப்பாளிகளுக்கு எதிரான ஆயுதமாகப் பயன்படுமே தவிர அதை ஒழுங்குபடுத்துவதற்குப் பயன்படாது.

நம் சமூகத்தில் சாதி, மதம், மொழி, வர்க்கம் எனப் பல்வேறு பிரிவுகள் இருக்கின்றன. போதாக்குறைக்கு அரசியல் கோட்பாடுகள், கட்சிகள் சார்ந்த வேற்றுமைகளும் உள்ளன. இந்நிலையில் எந்தப் படம் எடுத்தாலும் அது ஏதேனும் ஒரு சாராரை அல்லது ஒன்றுக்கு மேற்பட்ட பிரிவினரைப் 'புண்படுத்த' வாய்ப்பு இருக்கிறது. எந்தக் கருத்தும் எந்தக் கருவும் எதிர்ப்பை எதிர்கொள்ளக்கூடும். அப்படி எதிர்ப்பவர்கள் ஆவேசமாகத் தங்கள் எதிர்ப்பை அரசிடம் முன்வைத்தால் அரசு அதைப் பரிசீலித்து நடவடிக்கை எடுக்கலாம். இந்தச் சட்டத்தில் உள்ள மிக ஆபத்தான அம்சம் இதுதான்.

எடுத்துக்காட்டாக தீண்டாமை, குழந்தைத் திருமணம், குடும்ப வன்முறை முதலானவற்றை மையமாக வைத்துப் படம் எடுத்தால் அது சமுதாயத்தில் ஒரு சாராரை விமர்சிக்கத்தான் செய்யும். அப்படி விமர்சனத்துக்கு உள்ளாகுபவர்கள் அந்தப் படத்தை எதிர்த்து அரசிடம் முறையீடு செய்யலாம். அரசு தன்னுடைய அரசியல் நிலப்பாடுகளுக்கேற்ப அத்தகைய எதிர்ப்புகளைப் பரிசீலனை செய்யலாம். ஆயிரக்கணக்கில், லட்சக்கணக்கில் புகார்களைப் பதிவுசெய்யக்கூடிய எண்ணிக்கை பலம் பல பிரிவினருக்கு இருப்பதை வைத்துப் பார்க்கும்போதுதான் படைப்பாளிகளின் நிலை என்ன ஆகும் என்பதைப் புரிந்துகொள்ள முடியும்.

இறுதி முடிவு அரசின் கையில் இருப்பதால், அரசு சார்ந்த கட்சிக்காரர்களுக்கு இயல்பாகவே இதில் கூடுதல் சாதகம் கிடைத்துவிடுகிறது. அரசின் கொள்கைகள், செயல்பாடுகளைக் கேள்விக்குட்படுத்திக் கூர்மையான விமர்சனத்துடன் படம் எடுத்தால் ஆளுங்கட்சிக்காரர்கள் அதை எதிர்த்துப் புகார் செய்யலாம். அரசு அதை அங்கீகரிக்கலாம். இதற்கான வாய்ப்பு பிரகாசமாக இருப்பதால் ஆளுங்கட்சியின் மீது கை வைக்கப் படைப்பாளிகள் துணிய மாட்டார்கள் அல்லது அப்படித் துணிபவர்களின் எண்ணிக்கை குறையும். இதுதான் இத்தகைய சட்டங்களின் பலனாக இருக்கும். இதுவே இந்த மசோதாவை முன்வைத்தவர்களின் நோக்கமாகவும் இருக்கக்கூடும். நோக்கம் அப்படி இல்லாவிட்டாலும் இதை அப்படிப் பயன்படுத்துவதற்கான அனைத்து வாய்ப்புகளும் உள்ளன என்பதில் ஐயமில்லை.

ஊழல் அரசியல்வாதிகள், மோசடி வணிகர்கள், போலி ஆன்மிகவாதிகள் என யாரைப் பற்றிப் படமெடுத்தாலும் அதற்கு எதிராகப் பலரும் புகார் அளிக்கலாம். அரசில் உள்ளவர்கள் அந்தப்

புகாரின் மீது எப்படிப்பட்ட நடவடிக்கை எடுப்பார்கள் என்பது தார்மிக அடிப்படையில் நடக்கும் என்பதை இந்தியாவில் இன்று ஒரு குழந்தைகூட நம்பாது. அரசை எதிர்த்துக் கேள்வி கேட்ட நடிகர்கள், இயக்குநர்கள் ஆகியோருக்கு அடுத்தடுத்து எத்தகைய நெருக்கடிகள் தரப்படுகின்றன என்பதை நாம் பார்த்துவரும் நிலையில் இந்தச் சட்டம் பாரபட்சமில்லாமல் அமல்படுத்தப்ப்டும் என்பதை நம்புவதற்கான நியாயங்கள் அதிகம் இல்லை.

இந்த மசோதாவை எதிர்த்து அனுராக் காஷ்யப், நந்திதா தாஸ், ஷபானா அஸ்மி, ஃபரான் அக்தர் உட்பட 140 திரைத் துறையினர், இந்திய ஒன்றிய அரசுக்குக் கடிதம் ஒன்றை எழுதினார்கள். தமிழ்நாட்டில் கமல், வெற்றி மாறன், சூர்யா முதலான பலரும் இதை எதிர்த்துக் குரல் கொடுத்திருக்கிறார்கள்.

பாஜக உறுப்பினரும் நடிகையுமான காயத்ரி ரகுராமும் எதிர்ப்பவர்களை எதிர்த்துக் கருத்து தெரிவித்திருக்கிறார். 'எப்படியும் இந்த நாட்களில் எந்தத் திரைப்படத்திலும் கருத்து இல்லை. உங்கள் படங்களில் 4 சண்டைக் காட்சிகளும் 4 பாடல்களும் 4 சென்டிமென்ட் காட்சிகளும் 2 மாஸ் ஓப்பனிங் காட்சிகளும், ரவுடிகள் மட்டும் ஹீரோக்கள். வேறு எதுவும் இல்லை. இதில் உங்களுக்கு இன்னும் என்ன கருத்து சுதந்திரம் வேண்டும்?' என்று கேட்கிறார்.

மசோதாவை எதிர்க்கும் கமல் ஹாசன் சாதி, மதப் பிரச்சினைகளை மையமாக வைத்துப் படங்களை எடுத்தவர். காவல்துறையினரின் வன்முறை, ஆதிக்கச் சாதியினரின் நடைமுறை ஆகியவை பற்றி வெற்றி மாறன் படங்களை எடுத்துள்ளார். இவற்றையெல்லாம் பார்க்காமல் வெறும் மசாலா படங்களை மட்டுமே காயத்ரி பார்க்கிறார் என்றால் அது யாருடைய தவறு? இந்திய சினிமாவின் பெரும்போக்கு என்பது பொழுதுபோக்குப் படங்கள்தான். ஆனால், அவற்றுக்கிடையில் விசாரணை, அறம், பரியேறும் பெருமாள் போன்ற படங்கள் எல்லா மொழிகளிலும் வந்துகொண்டுதான் இருக்கின்றன.

வணிகப் பொழுதுபோக்குப் படங்களிலும் கருத்து சொல்லப் படுவதுண்டு. விஜய்யின் துப்பாக்கி, கத்தி போன்றவை பொழுதுபோக்குப் படங்கள்தான். ஆனால், அவற்றில் தேசபக்தி, நீர் நிலைகளைக் காப்பாற்றுதல் போன்ற கருத்துக்கள் முன்வைக்கப்பட்டிருக்கின்றன. எனவே எங்களுக்கு இந்தக் கருத்துச் சுதந்திரம் வேண்டும் என்று குரலெழுப்ப மசாலா படம்

எடுப்பவர்கள் உள்பட அனைத்துப் படைப்பாளிகளிகளுக்கும் உரிமை இருக்கிறது.

இந்திய அரசியல் சட்டத்திற்கும் இறையாண்மைக்கும் எதிராகப் படம் எடுப்பவர்களைக் கட்டுப்படுத்த ஏற்கனவே உள்ள சட்டங்களே போதும் என்ற நிலையில் இதுபோன்ற சட்டங்கள் சர்வாதிகாரப் போக்கையே ஊக்குவிக்கும். பார்வையாளர்களின் எதிர்ப்பு என்ற பெயரால் தங்களுக்கு வேண்டாதவர்களை ஓரங்கட்டவும் ஒடுக்கவும் வழி வகுக்கக்கூடிய இந்த மசோதாவைத் திரும்பப் பெற்றுக்கொள்வதுதான் நியாயமான செயலாகவும் படைப்பாளிகளின் சுதந்திரத்தை மதிக்கும் செயலாகவும் இருக்கும்.

•

[37]

‘மேதகு’ இயக்குநரின் ‘மேலான’ பதிவு: பெண்கள் ஆண்களின் உடமையா?

விடுதலைப் புலிகள் இயக்கத்தின் தலைவர் பிரபாகரன் குறித்து 'மேதகு' என்ற திரைப்படத்தைக் கிட்டு இயக்கியிருக்கிறார். பரவலாகப் பலருடைய பாராட்டுகளையும் பெற்றுள்ளது அந்தப் படம். படத்தின் உள்ளடக்கம், திரைக்கதை, கலையம்சம், உணர்வுபூர்வமான கூறுகள் எனப் பல விதங்களிலும் இந்தப் படத்தைப் பலரும் பாராட்டியிருக்கிறார்கள். விடுதலைப் புலிகள் அமைப்பின் மீதும் அதன் தலைவர் வேலுப்பிள்ளை பிரபாகரன் மீதும் கடுமையான விமர்சனங்களை முன்வைப்பவர்கள்கூட இந்தப் படத்தைப் பாராட்டியிருக்கிறார்கள்.

பாராட்டத்தக்க படைப்பு என்பதைத் தாண்டியும் இதற்கு முக்கியத்துவம் உள்ளது. அண்மையில் ஃபேமிலி மேன் இணையத் தொடரின் இரண்டாம் பாகம் வந்தபோது அது குறித்த பேச்சுக்கள் பரவலாக எழுந்தன. இந்தத் தொடர் விடுதலைப் புலிகளையும் ஈழப் போராட்டத்தையும் கொச்சைப்படுத்திவிட்டதாகப் பலரும் விமர்சித்தார்கள். வழக்கம்போலவே இந்தத் தொடரைத் தடை செய்ய வேண்டும் என்னும் கோரிக்கைகள் எழுந்தன. கருத்துச் சுதந்திரத்திற்கு ஆதரவாக நிற்பவர்கள் தடைக்கு எதிராகப் பேசினார்கள்.

அந்த வேளையில் முக்கியமானதொரு குரலும் எழுந்தது. தடை கோருபவர்களோ இந்தப் படத்தின் உள்ளடக்கத்தைக் கடுமையாகக்

குறை கூறுபவர்களோ ஏன் தமிழீழம் குறித்தோ புலிகள் அமைப்பு குறித்தோ படம் எடுக்கவில்லை? திரிப்பு வேலை, கொச்சைப் படுத்தும் போக்கு என்றெல்லாம் சொல்லிக்கொண்டிருப்பதோடு நில்லாமல் தமிழீழம் குறித்த காத்திரமான படைப்புக்கள் தமிழ்ப் படைப்பாளிகளிடமிருந்து ஏன் வரவில்லை என்னும் கேள்வி எழுந்தது.

கிட்டு அதற்குத் தக்க பதில் அளித்திருக்கிறார். பிரபாகரனின் இளமைப் பருவம் குறித்த மேதகு திரைப்படத்தின் மூலம் படைப்பு ரீதியான பதிவை உருவாக்கியிருக்கிறார். சர்ச்சைகளில் கருத்துச் சொல்வதில் தவறில்லை. ஆனால், கலைஞர்களில் எதிர்வினை அத்துடன் நின்றுவிடக் கூடாது. அது படைப்பு சார்ந்தும் வெளிப்பட வேண்டும். அத்தகைய படைப்புச் செயல்பாட்டினைக் கிட்டு செய்திருக்கிறார்.

இதையொட்டி அவருக்குக் கிடைக்கும் கவனத்திற்கும் பாராட்டு களுக்கும் இடையே சில விமர்சனங்களும் முகச் சுளிப்புகளும் காணக் கிடைக்கின்றன. இவை கிட்டுவின் படைப்பைக் குறித்து அல்ல. அவருடைய வேறொரு செயல்பாட்டைக் குறித்து.

தன்னுடைய ஃபேஸ்புக் பக்கத்தில் பெரியார், ராமதாஸ், திருமாவளவன் ஆகியோரைப் பரிகசித்தும் விமர்சித்தும் அவர் சில பதிவுகளை வெளியிட்டிருக்கிறார். அவற்றுக்கிடையே நயன்தாராவைப் பற்றியும் பதிவிட்டுள்ளார். பெரியாரிசம், இந்துயிசம், தலித் அரசியல், திராவிடர்கள், பாசிசம் என்று பலவற்றையும் கிண்டலடித்திருக்கும் பதிவுகளை அவருடைய விமர்சனம் என்று எடுத்துக்கொள்ளலாம். ஆனால் நயன்தாராவைப் பற்றிய பதிவை அப்படி எடுத்துக்கொள்ள முடியாது.

நயன்தாராவுடன் சிம்பு இருக்கும் படம், நயன்தாராவுடன் பிரபுதேவா இருக்கும் படம், நயன்தாராவுடன் விக்னேஷ் சிவன் இருக்கும் படம் ஆகியவற்றை ஒன்றன் கீழ் ஒன்றாகத் தந்திருக்கும் கிட்டு. அவற்றில் சில வரிகளையும் சேர்த்திருக்கிறார்.

சிம்புவுடன் இருக்கும் புகைப்படத்தின் மீது, 'எது இன்று உன்னுடையதோ' என்று கூறி, பிரபுதேவாவுடன் நயன்தாரா இருக்கும் புகைப்படத்தில், 'அது நாளை மற்றொருவருடையது' என்று குறிப்பிட்டு, விக்னேஷ் சிவனுடன் நயன்தாரா இருக்கும் புகைப்படத்தில் 'மற்றொரு நாள், அது வேறொருவருடையதாகும்' என்று கூறியுள்ளார்.

பெரியாரியம், திராவிடம் ஆகியவை பற்றி அவருக்கு விமர்சனம் இருப்பதில் தவறில்லை. ஆனால், நயன்தாராவின் காதலைப் பற்றி அவர் பேசுவதற்கான முகாந்தரம் என்ன? நயன்தாராவின் காதல் என்பது அவருடைய தனிப்பட்ட விஷயம். அதில் கருத்துக் கூறக் கிட்டுவுக்கு என்ன உரிமை இருக்கிறது?

இதைப் பற்றி எழுதும் ஊடகங்கள் பலவும் நயன்தாரா ரசிகர்கள் கிட்டுவை விமர்சித்துவருவதாக எழுதுகின்றன. நயன்தாரா ரசிகர்கள் கோபமாக இருப்பதாக எழுதுகின்றன. பலரும் இப்படியே எதிர்வினையாற்றுகிறார்கள். நயன்தாராவின் தனிப் பட்ட வாழ்க்கையைப் பற்றி அத்துமீறி எழுதியதற்கு நயன் தாராவின் ரசிகர்கள்தான் கோபப்பட வேண்டும் என்பதில்லை. அவர்கள் மட்டும்தான் கோபப்படுகிறார்கள் என்பதும் இல்லை. இன்னொருவரின் தனிப்பட்ட விஷயத்தில் தலையிட்டது மட்டும்தான் பிரச்சினை என்பதும் இல்லை.

நயன்தாராவின் தனிப்பட்ட வாழ்க்கையைப் பற்றிப் பேசும் அத்துமீறல் என்பதைத் தாண்டியும் இந்தப் பதிவு மோசமான இன்னொரு செய்தியையும் கொண்டுள்ளது.

'எது இன்று உன்னுடையதோ', 'அது நாளை மற்றொரு வருடையது', 'மற்றொரு நாள், அது வேறொருவருடையதாகும்'

கிட்டு பயன்படுத்தியுள்ள இந்த வாக்கியங்கள் அவருடைய சொந்த வாக்கியங்கள் அல்ல. கீதாசாரம் என்னும் பிரதியிலிருந்து எடுக்கப்பட்டவை. கீதாசாரம் மனிதர்களின் உடமைகளைப் பற்றிப் பேசுகிறது. 'எது', 'அது' என்று அஃறிணையில் குறிப்பிடுவதன் மூலம் அது உடமையைத்தான் குறிக்கிறது, மனிதரை அல்ல என்பது தெளிவாகிறது.

இந்த வாக்கியங்களின் கீழ் நயன்தாராவின் படங்களைப் போட்டிருப்பதன் மூலம் கிட்டு நயன்தாராவை உடமைப் பொருளாகச் சித்தரிக்கிறார். ஆணுக்கும் பெண்ணுக்கும் இடையே பல விதங்களில் உறவு நிலைகள் இருக்கலாம். தந்தை - மகள், சகோதரன் - சகோதரி, காதலன் - காதலி, கணவன் - மனைவி, தொழிலாளி - முதலாளி, தோழன் - தோழி எனப் பல நிலைகளில் இருக்க முடியும். ஆனால், 'எது இன்று உன்னுடையதோ', 'அது நாளை மற்றொருவருடையது', 'மற்றொரு நாள், அது வேறொருவருடையதாகும்' என்று ஒரு பெண்ணைக் குறிப்பிடுவதன் மூலம் மனிதர்களுக்கிடையே இருக்கக்கூடிய

உறவு நிலைகளுக்குள் அவரைக் கொண்டுவராமல் உடமைப் பொருளாகக் கிட்டு சித்தரிக்கிறார். இதுதான் அவருடைய பதிவின் மிக மோசமான கூறு.

தமிழ் சினிமாவின் பின்னணியில் இது வியப்புக்குரியதல்ல. வேட்டையாடு விளையாடு படத்தில் 'இனிமே நீயும் உன் குழந்தையும் என் சொத்து' என்று ஜோதிகாவிடம் கமல் கூறுவார். போக்கிரி படத்தில் 'கன்னும் என்னுது, பொண்ணும் என்னுது' என்று வில்லனிடம் விஜய் கூறுவார். மான் கராத்தே படத்தில் ஃபிரிட்ஜ், கட்டில் ஆகிய பொருள்களுடன் பெண்ணை ஒப்பிட்டு ஒரு வசனம் வரும். பெண்ணை உடமையாகச் சித்தரிக்கும், பெண்ணுடலை வணிகப் பண்டமாகவே பயன்படுத்தும் தமிழ் சினிமாவுக்குள்ளிருந்து இப்படிப்பட்ட குரல் வருவதில் வியப்பில்லை.

தன் படைப்பிற்காகப் பாராட்டுதலைப் பெற்றுவரும் கிட்டு, படைப்பாளிகள் முற்போக்காகவும் பாலினச் சமத்துவத்தைப் பற்றிப் புரிந்துகொண்டவர்களாகவும் இருப்பார்கள் என்பதற்கு எந்த உத்தரவாதமும் இல்லை என்பதை இந்தப் பதிவின் மூலம் நிரூபித்துள்ளார். ஒரு பெண்ணை உடமைப் பொருளாகச் சித்தரித்தது தவறு என்று உணர்ந்து பகிரங்கமாக மன்னிப்புக் கேட்டாரென்றால் தவறுகளிலிருந்து பாடம் கற்கும் பண்பு தனக்கு இருக்கிறது என்பதை அவர் நிரூபிக்கலாம்.

•